सायबर पालकत्व

मुलांच्या मोबाईलचे करायचे काय?

भाग १

० ते १० वयोगटातील मुलांच्या पालकांसाठी

मुक्ता चैतन्य

सकाळ प्रकाशन

सकाळ प्रकाशन

CYBER PALKATVA - Bhag 1

सायबर पालकत्व – भाग १

प्रथम आवृत्ती	: ऑक्टोबर २०२५
प्रकाशक	: सकाळ मीडिया प्रा. लि. ५९५, बुधवार पेठ, पुणे ४११ ००२
संपादन	: वर्षा आठवले
मुखपृष्ठ आणि मांडणी	: मधुमिता शिंदे
मुद्रितशोधन	: अश्विनी महाजन
मुद्रणस्थळ	: विकास प्रिंटिंग अ‍ॅण्ड कॅरिअर्स प्रा. लि. प्लॉट नं. ३२, एमआयडीसी, सातपूर, नाशिक
ISBN	: 978-93-49487-24-6
संपर्क	: ९८८१५ ९८८१५ / ८८८८८ ४९०५० sakalprakashan@esakal.com

माझी मुलगी रमाला...
तिच्यामुळे मला सायबर पालकत्वातल्या
अनेक बाजू, अनेक पैलू समजून घेता आले.
सायबर पालकत्व निभावता आले... शिकता आले.

त्याचबरोबर, सायबर पालकत्वाची कठीण वाट चालणाऱ्या
सर्व पालकांना हे पुस्तक समर्पित...

मनोगत

कामाच्या निमित्ताने महाराष्ट्रभर फिरताना लहान मुलांच्या आयुष्यात मोबाईलने केलेला शिरकाव बघायला मिळतो. 'फोन दिला नाही तर तो जेवत नाही.' हे वाक्य मी सर्रास ऐकते आणि या संवादामधला तो किंवा ती म्हणजे तो मुलगा किंवा मुलगी ही दहा वर्षांपेक्षा कमी वयाची मुलं असतात.

'मोबाईलशिवाय गप्पच बसत नाही!' 'आम्ही मोबाईल घेऊ नकोस म्हटलं की मुलं चिडतात, रागावतात, रडतात, कुरकुर करतात.' 'चार लोकांशी शांतपणे बोलू देत नाहीत. फोन दिला की गप्प होतात.' असं अनेक पालकांकडून ऐकायला मिळतं. आई-बाबा, आजी-आजोबा यांची जागा मोबाईल आणि त्या मोबाईलमध्ये असलेलं इंटरनेट म्हणजे डिजिटल जग घेऊ बघतं आहे. आपणच पालक म्हणून ती दारं मुलांसाठी उघडून देत आहोत. 'डिजिटल बेबीसिटिंग' ही आजच्या काळाची सगळ्यांत मोठी समस्या आहे. मूल रडायला लागलं, कंटाळलं, बोअर झालं, त्यानं जेवावं, समारंभांमध्ये एका जागी बसून राहावं, हॉटेलिंग करताना न कुरकुरता, आणि चारचौघांत पालकांची शोभा होऊ न देता गपगुमान बसावं; अशा कितीतरी कारणांसाठी पालक मुलांच्या वाढीच्या अतिशय नाजूक वयात मुलांच्या हातात मोबाईल देत आहेत. मोबाईलशिवाय मुलांना सांभाळायचं कसं, नादावायचं कसं, त्यांची कुरकुर बंद करायची कशी; हे अनेक पालकांना माहीत नाही, दुसऱ्या पर्यायांचा विचार केला जात नाही. हे कामाच्या निमित्ताने दिसणारं वास्तव आहे!

ज्या वयात मुलांची सर्वांगीण वाढ होत असते त्याच वयात मुलं स्क्रीनकडे डोळे फाडून बघायला सुरुवात करतात, त्या जगात हरवून जातात, आणि हळूहळू त्यांचं भवताल भान कमीकमी होत जातं का, असा प्रश्न अनेकदा पडतो. माणूस म्हणून आपण जे काही शिकतो त्यात मोठा हात अनुभवांचा असतो. पण सतत मूल स्क्रीनच्या समोर बसलेलं असेल तर त्याला त्यांच्या परिघातले अनुभव मिळणार कसे? स्क्रीनमध्ये दुसऱ्या कुणीतरी घेतलेल्या अनुभवांना बघत ते वाढतं. यातून नक्कीच मुलांच्या सर्वांगीण विकासात अडथळे निर्माण होऊ शकतात. जेव्हा-जेव्हा मी टीव्हीबद्दल किंवा स्क्रीनबद्दल मुलांशी बोलते तेव्हा अजून एक सूर मुलांकडून ऐकायला मिळतो – 'आमच्याकडे दुसरं काही करायला नसतं म्हणून आम्ही टीव्ही किंवा मोबाईल बघत बसतो.' म्हणजेच, पर्याय मिळाले आणि ते ऑफलाईन मिळाले तर मुलांना स्क्रीन नको असतो.

मला हे समजतं की, आजचं जगणं कठीण आहे. आई-बाबा दोघांनाही घर चालवण्यासाठी घराबाहेर पडून पैसा कमवावा लागतो, त्यासाठी कष्ट करावे लागतात. पण हेही तितकंच खरं आहे की, पालक होण्याचा निर्णय आई-बाबांनी मिळून घेतलेला असतो, त्यामुळे मुलांची योग्य वाढ ही पालकांचीच जबाबदारी आहे. मी 'पालक' असा शब्द वापरते, तेव्हा फक्त आई-बाबा अपेक्षित नाहीत. तर आई-बाबा, आजी-आजोबा आणि मुलांच्या सान्निध्यात असणारे सगळे मोठे! एखादं मूल पाळणाघरात जात असेल तर तिथल्या तायांच्या डिजिटल सवयीचा प्रभाव मुलांवर पडणार आहे. कुठलंही मूल फक्त कुटुंबात वाढत नाही, ते समाजात वाढतं; त्यामुळे मुलांची म्हणजेच एका पिढीच्या मानसिक-शारीरिक-भावनिक-बौद्धिक विकासाची जबाबदारी प्रत्यक्ष-अप्रत्यक्षपणे संपूर्ण समाजाची असते. आपण मुलांच्या सान्निध्यात असताना स्क्रीन कसा वापरतो, आपल्या डिजिटल सवयी कशा आहेत आणि मुलांना आपण स्क्रीन कधी, किती, कशासाठी, केव्हा आणि कुठे देतो याकडे मोठ्यांच्या जगाच्या प्रत्येकाचं लक्ष असणं आवश्यक आहे. याबाबत आता आपण बेजबाबदार पद्धतीने वागू शकत नाही!

आपली मुलं म्हणजे आपल्या समाजाचं भवितव्य आहे. आपल्या समाजात पुढची पिढी सुदृढ आणि सशक्त बनवण्याचा विचार बऱ्याचदा 'मिसिंग' असतो, काहीसे निष्काळजीदेखील असतो. मुलं फक्त म्हातारपणाची काठी म्हणून, वंश पुढे चालावा म्हणून जन्माला घालायची नसतात; मुलं आपलं भवितव्य असतात.

आपला समाज, आपला देश भविष्यात ज्यांच्या खांद्यांवर असणार असतो, त्या मुलांच्या वाढीचा विचार सजगपणे झाला नाही तर आपण विविधांगी समस्यांना वाटा करून देत असतो. मागच्या पिढ्या आपल्याशी कशा वागल्या हे महत्त्वाचं नसून आपण आपल्या मुलांशी कसं वागणार आहोत यावर आपलं भवितव्य अवलंबून असणार आहे; हे कुठल्याच पालकांच्या पिढ्यांनी विसरता कामा नये! त्यात आता आपण डिजिटल पालकत्वाच्या काळात जगतो आहोत. आपल्या समोरची आव्हाने अधिक जटिल आणि गुंतागुंतीची आहेत. अशा वेळी आपण स्वतःला सक्षम बनवणं आवश्यक आहे.

आपल्या समाजात मुलांचा स्क्रीनशी पहिला परिचय ० ते ५ वर्ष वयात होतो. या वयात मूल जगाला स्पर्शातून, आवाजातून आणि नजरेतून अनुभवत असतं. पालकांची सोय म्हणून मुलांच्या हातात स्क्रीन जातात; पण त्यांचा परिणाम मुलांच्या मेंदूवर, डोळ्यांवर, झोपेवर, आणि भावनांवर होऊ शकतो. खरंतर याच वयात मुलाला खेळ, निसर्ग, लोकांशी संवाद यांचा अनुभव देणं जास्त महत्त्वाचं आहे. पण मुलं ऑनलाइन जगात जास्त रमत असतील तर मुलांना ग्राहक म्हणून तयार करण्याची (ग्रूम करणं) प्रक्रिया फार लवकर सुरू होते. मुलं मूल न राहता 'ग्राहक' बनून जातात आणि मग सगळीच गणितं झपाट्याने बदलायला लागतात.

मुलांच्या वाढत्या स्क्रीन-टाइमची काळजी करत माझ्याकडे आलेले असंख्य पालकच हे पुस्तक लिहिताना माझ्या डोळ्यांसमोर होते. शाळांमधून काम करताना वय वर्ष दहाखालील मुलं अनेकदा सांगतात, 'मला मोबाईल मिळाला नाही तर मला राग येतो', तर आठ-नऊ वर्षांची मुलंमुली यूट्युबर बनण्याचं आणि पैसे कमावण्याचं स्वप्न बघताना दिसतात. दहा वर्षांच्या खालील मुलं प्रचंड प्रमाणात गेमिंगमध्ये असतात आणि त्याविषयी पालकांना कौतुक वाटत असतं. ते कौतुक त्यांच्या स्किल्सचं असलं तरीही हे सगळंच काळजी करावं असं आहे.

सायबर पालकत्व हा पर्याय नाही, तर आजच्या काळाची गरज आहे. सायबर पालकत्वाचा विचार मूल जन्माला घालण्याच्या आधीपासून केला गेला पाहिजे. म्हणूनच, हे पुस्तक लिहिताना केवळ मार्गदर्शन करणं हा उद्देश नाही; तर सायबर पालकत्वाचा प्रवास करताना कधी मदत करण्याचा, कधी आरसा दाखवण्याचा, कधी हात घट्ट पकडून पुढे जायला मदत करण्याचा प्रयत्न आहे.

डिजिटल माध्यमांचं शिक्षण म्हणजे फक्त माहितीचं शिक्षण नाही, तर माणूसपण टिकवण्याचं शिक्षण आहे. आजच्या एआय काळात आपल्या मुलांचा भविष्यकाळ कसा असेल याचा अंदाज लावणं कठीण असलं, तरीही माणूस म्हणून आपल्याकडे जी उपजत कौशल्ये आहेत ती शाबूत राखण्याची नितांत गरज आहे. विवेकी विचार, निर्णय घेण्याची क्षमता, विचार करण्याची क्षमता, सारासार विचार आणि प्रेम, सद्भावना, सहवेदना या गोष्टी आपल्या वर्तनातून मुलांपर्यंत पोहोचवण्याची आज गरज आहे. आपण एका व्यसनाभिमुख समाजात राहतो आहोत; आणि सहवेदनेचा दुष्काळ पडलेला आहे का, असं वाटावं अशी परिस्थिती आजूबाजूला आहे. अशा वेळी या माणूसपण टिकवून ठेवणाऱ्या गोष्टींची आपल्याला गरज आहे.

'सकाळ'चे संपादक सम्राट फडणीस यांनी रविवारच्या 'सप्तरंग' पुरवणीसाठी सायबर पालकत्वावर लेखमाला लिहिण्याविषयी सुचवलं. वर्षभर ही लेखमाला चालवल्यामुळे सायबर पालकत्वाचे सगळे मुद्दे एकत्रितपणे मांडणं शक्य झालं. सम्राटचे मनःपूर्वक आभार! इतर वृत्तपत्रांमधून या विषयाला धरून केलेले लेखन या पुस्तकासाठी एकत्रित करत गेले आहे. सायबर पालकत्वाच्या विषयाला आपल्या वृत्तपत्रांमधून, मासिकांमधून जागा देणाऱ्या सगळ्या माध्यमांचे आभार! 'सकाळ प्रकाशन'सह दीपाली चौधरी, वर्षा जोशी-आठवले यांचे विशेष आभार! पुस्तकाला आकार देण्यासाठी दीपाली आणि वर्षा यांच्याशी वेळोवेळी झालेली चर्चा खूपच उपयोगी ठरली. विभावरी गेली अनेक वर्षं मुलांबरोबर आणि तरुणाईबरोबर काम करते आहे. त्यामुळे तिने प्रस्तावना लिहावी असी फार इच्छा होती. तिने ती मान्य केली, तिच्या अतिशय व्यग्र वेळापत्रकामधून वेळ काढला याबद्दल तिचे मनःपूर्वक धन्यवाद!

सायबर पालकत्व हा प्रवास आहे... तो मूल जन्माला घालण्याआधीच सुरू होतो... ही तारेवरची कसरत आहे; पण ती करावी लागणार आहे!

पालकत्व स्वीकारलेल्या, पालक होऊ इच्छिणाऱ्या सगळ्यांना या प्रवासासाठी शुभेच्छा!

– मुक्ता चैतन्य

प्रस्तावना

'आजकालची मुलं म्हणजे ना!'
'कळत कसं नाही ह्यांना...'
'आमच्या वेळी असं नव्हतं...'
'आम्ही चार पावसाळे जास्त पाहिले आहेत...'
'मी म्हणते म्हणून ऐकायचं!'

ही आणि अशीच वाक्यं ऐकत मोठी झालेली माझी पिढी आज स्वतः 'पालक' या भूमिकेत शिरलेली आहे. अगदी लहान मुलांपासून, पौगंडावस्थेतल्या आणि तारुण्याच्या उंबरठ्यावर असलेल्या मुलांचं पालकत्व ही आम्हा सगळ्यांसाठीच गोंधळात टाकणारी अवस्था आहे. आमच्या अलीकडची पिढी पर्यायाने आजी-आजोबांच्या भूमिकेत शिरलेली आहे.

'आम्ही नाही का मुलं वाढवली!'
'आता तुम्हीच आम्हांला शिकवा मुलं कशी वाढवायची ते!'
'आम्ही हेच केलं... काय वाईट झालं तुमचं?'

ही वाक्यं आपल्या आईवडिलांकडून आणि 'आई-बाबा, तुम्हांला काही आयडियाच नाहीये आमचे स्ट्रगल्स काय आहेत...' ही आपल्या मुलांकडून आम्ही नव्याने ऐकतो आहोत. 'उत्तम पालकत्व म्हणजे काय?' याचं कुठलंच

गाईडबुक किंवा मॅन्युअल नसल्याने आपल्या अनुभवांतून आणि त्यातून आलेल्या (आम्हांला वाटत असलेल्या) शहाणपणातून चुकतचुकत शिकत आहोत.

बहुधा प्रत्येक पिढीने थोड्याबहुत फरकाने हेच केलं आहे. पण, गेल्या २० वर्षांत आपल्या भवतालात झपाट्याने झालेल्या बदलांना सामोरं जाताना आमच्या पिढीची प्रचंड दमछाक होते आहे. तीन-तीन, चार-चार वर्षांनी बदलणाऱ्या पिढ्यांमुळे येणाऱ्या जनरेशन गॅपशी जुळवून घेताना होणारी आपली त्रेधातिरपीट आधीच्या पिढ्यांनी अनुभवली नसावी. जागतिकीकरण, सहज हाताशी आलेलं डिसपोजेबल इनकम, समाजातली स्त्रीची बदललेली भूमिका, विभक्त कुटुंबपद्धती; या सगळ्यांसोबत झालेला एक प्रचंड क्रांतिकारी बदल म्हणजे झपाट्याने वाढलेलं तंत्रज्ञान, इंटरनेट आणि समाजमाध्यमांचा उदय! या घटकांनी आपल्या सगळ्यांची आयुष्यं अत्यंत कमी काळात अंतर्बाह्य बदलून टाकली आहेत. या जगात वावरताना, ते समजून घेताना आपण अजूनही चाचपडत आहोत. पण, तंत्रज्ञान आणि सायबर जग हा आपल्या पुढच्या पिढीच्या जगण्याचा अविभाज्य घटक आहे आणि ती पिढी त्या जगात सहज वावरते आहे. माझी मैत्रीण राधिका इंगळे म्हणते, 'ही मुलं या तंत्रज्ञानाच्या जगाचे स्थानिक आहेत आणि आम्ही स्थलांतरित!'

हे वास्तव वाईट आहे का? तर, नक्कीच नाही. या बदलामुळे जग जवळ आलं आहे. कशाचीही माहिती मिळवणं, ज्ञान मिळवणं, अभ्यास करणं सुलभ झालं आहे. रोजचं जगणंही सोपं आणि सुखकर झालं आहे. पण आपण सगळेच जाणतो की, ही दुधारी तलवार आहे. तंत्रज्ञान आणि इंटरनेट योग्य पद्धतीने वापरलं गेलं नाही तर त्याचे धोके आणि दुष्परिणाम अत्यंत गंभीर आहेत. विशेषतः लहान आणि पौगंडावस्थेल्या मुलांसाठी या माध्यमांचा अपरिपक्व आणि अयोग्य वापर अत्यंत टोकाची हानी घडवून आणू शकतो. शारीरिक, मानसिक, भावनिक, कौटुंबिक आणि सामाजिक सर्व स्तरांवर हा गैरवापर हानिकारक ठरू शकतो. अशी कित्येक उदाहरणं आपण ऐकली, वाचली आणि पाहिलेली असतात. 'हे माध्यम धोकादायक आहे' ही जाणीव आपल्याला वरकरणी असते; पण त्यातले बारकावे, खाचखळगे आणि त्या धोक्यांची व्याप्ती आपल्याला माहीत नसते. आणि माहीत असली तरी त्याबद्दल काय करायचं याबद्दल आपण संपूर्णपणे अनभिज्ञ असतो.

मुक्ता चैतन्यचं 'सायबर पालकत्व' हे पुस्तक या संदर्भात आपलं बायबल ठरेल, हे मी निश्चित सांगू शकते. मानसशास्त्र, पत्रकारिता आणि माध्यमं यांचा सखोल अभ्यास केलेल्या मुक्ताने या पुस्तकात अत्यंत सोप्या शब्दांत एक सर्वसमावेशक चित्र उभं केलं आहे. तंत्रज्ञानाच्या अजाण आणि निरंकुश वापरामुळे पुढच्या पिढीच्या जडणघडणीत होणारे धोकादायक बदल ती अत्यंत शास्त्रोक्त आणि निर्भीड भाषेत आपल्यासमोर मांडते; आणि हे करताना ती मुलांना जबाबदार न धरता, दोष न देता पालकांसमोर आरसा धरते. आपली मुलं आपल्याकडे बघून शिकत असतात. त्यांना काहीही सांगताना, रागवताना आपण काय करत आहोत, आपल्या बोलण्यात आणि वागण्यात विरोधाभास आहे का, हे वारंवार तपासून बघायला लावते. हे करत असताना आपण स्वतः त्या विळख्यात किती आणि कसे अडकलो आहोत, याची एक सणसणीत जाणीव आपल्यालाच करून देते... अगदी छोट्याछोट्या आणि घरोघरी दिसणाऱ्या प्रसंगांतून!

अगदी लहान मुलांनी एका जागी बसून पटापट खावं म्हणून त्यांना टीव्ही आणि टॅबसमोर बसवणे; गोष्ट सांगण्याऐवजी, गाणी म्हणून दाखवण्याऐवजी गोष्टींचे, गाण्यांचे ॲनिमेटेड व्हिडिओ दाखवणे इथपासून मुलांसोबत असताना आपण सतत फोनमध्ये डोकं घालून बसणे; सोशल मीडियावर फोटो टाकून त्याच्या लाईक्सवर आपली पर्सिव्हड व्हॅल्यू ठरवणे; 'अमुक एक केलंस तर तमुक वेळ फोन मिळेल' अशी रिवार्ड सिस्टीम सातत्याने वापरत राहणे; या वरकरणी सोप्या आणि सहज केल्या जाणाऱ्या गोष्टींमुळे मुलांना हेच नॉर्मल आहे असं वाटायला लागतं. मग मुलांना फोनचं व्यसन लागलं की आपण पालक त्यांनाच दोष देतो. मुक्ता आपल्या पुस्तकातून आपल्या वागण्यातला हा गंभीर विरोधाभास आपल्या समोर मांडते.

लहान बाळांचे (अगदी सोनोग्राफीच्या व्हिडिओपासून) फोटो, व्हिडिओ सोशल मीडियावर टाकून त्यांच्या जन्माआधीपासून त्यांच्या डिजिटल फूटप्रिंट्स तयार करण्यामागचे धोके, त्यांचा डार्क आणि डीपवेबवर होणारा भीषण गैरवापर याबद्दलही मुक्ताने या पुस्तकात विस्तृत चर्चा केली आहे. आज जाहिरातमाध्यमाचा टार्गेट ऑडियन्स लहान मुलं आहेत आणि या माध्यमातला त्यांचा वावर डेटाच्या स्वरूपात मोठमोठ्या कंपन्यांकडून कसा वापरला जातो, हेही तिने समजावलं आहे. या आणि अशा अनेक मुद्द्यांवर ती विस्तृत भाष्य करते. आपल्याला दिसतं त्याहून हे किती मोठं आणि भीषण वास्तव आहे याची जाणीव वारंवार होत राहते.

पण, हे पुस्तक आपल्याला फक्त घाबरवून टाकत नाही. या प्रत्येक अडचणींवर, धोक्यांवर उपाय काय आहे हेही सांगतं. मुलांचे फोन काढून घेणं, त्यांना या जगापासून आणि पर्यायाने त्यांच्या समवयस्कांपासून तोडणं या टोकाच्या भूमिकेतून काहीच साध्य होत नाही (मुलं आपला मार्ग शोधतातच)! मुलांच्या सवयी बदलण्याचा आग्रह धरण्याआधी आपण आपल्या रोजच्या जगण्यात कुठले बदल घडवून आणले पाहिजेत हे अत्यंत सोप्या शब्दांत हे पुस्तक आपल्याला सांगतं; तसंच सुजाण पालकत्वाचा सगळ्यांत महत्त्वाचा घटक म्हणजे, मोकळा, प्रवाही संवाद हा मुद्दा हे पुस्तक वारंवार आपल्यासमोर मांडतं.

पालक होणं म्हणजे मुलं जन्माला घालणं, त्यांच्या सगळ्या गरजा - हट्ट पुरवणं, त्यांना योग्य शिक्षण देणं एवढंच नाही; आपल्या कल्पनेच्याही पलीकडे असलेल्या या आभासी जगात त्यांना सर्वार्थाने सुरक्षित ठेवणं, सक्षम करणं ही आपल्या पिढीची फार मोठी जबाबदारी आहे. या तारेवरच्या कसरतीत मुक्ताचं 'सायबर पालकत्व' हे पुस्तक आपल्याला आधार देईल आणि साथ करेल याबद्दल मला पूर्ण खात्री आहे.

– **विभावरी देशपांडे**

अभिनेत्री, लेखिका

अनुक्रमणिका

मूल जन्माला घालण्यापूर्वी

जन्माला येण्याआधीच डिजिटल फूटप्रिंट?

ज्याप्रमाणे आपण मुलांना वाढवायचं कसं, कुठल्या माध्यमाच्या शाळेत घालायचं, त्या नवजात बालकासाठी कसे कपडे आणायचे, बारसं कसं करायचं, अशा सगळ्यांचा विचार करतो; त्याचप्रमाणे मुलांना वाढवत असताना डिजिटल वेलबीइंगचा विचार कसा करावा, हेही समजून घेणं गरजेचं आहे. हल्ली मुलं जन्माला येण्याआधीच त्यांचे डिजिटल फूटप्रिंट्स तयार होतात. त्यांची डिजिटल ओळख तयार होऊ लागते; अल्ट्रासाऊंडचे फोटो, डोहाळजेवणच्या रील्स, व्हाट्सऍपपासून सोशल मीडिया प्लॅटफॉर्मपर्यंत होणाऱ्या बाळाच्या नावाच्या चर्चा, ओळखीच्या आणि अनोळखी माणसांबरोबर होणारं या सगळ्यांचं शेअरिंग, प्रेगनन्सी टेस्टच्या किटचे फोटो इन्स्टावर टाकण्याच्या जमान्यात आपण वावरतो आहोत. त्यामुळे मूल जन्माला येण्याआधीच त्या मुलाविषयी बरीच माहिती त्याचे पालक डिजिटल स्पेसमध्ये तयार करत असतात. हे सगळं गरजेचं आहे का, इथपासून सायबर पालकत्वाचा विचार सुरू करायला हवा. सायबर पालकत्व मूल जन्माला आल्यानंतर सुरू होत नाही; तर मूल जन्माला घालण्याचा विचार ज्या क्षणी मनात येतो, तिथपासून सायबर पालकत्व सुरू होतं हे लक्षात घेतलं पाहिजे.

ज्या जोडप्यांना पालक व्हायचं आहे त्यांनी काही गोष्टींचा विचार जरूर करायला हवा.

मुलांची डिजिटल प्रायव्हसी

मुलांचे डिजिटल फूटप्रिंट्स कधी आणि कशासाठी तयार करायचे आहेत?

- मुलं ही आपल्या आदर्श पालकत्वाला सिद्ध करण्याचं आणि जगाला दाखवण्याचं माध्यम नाहीत.
- डिजिटल एक्सपोजर कधीपासून द्यायचे? का द्यायचे?
- मुलांची स्क्रीन-टाइम मॅनेजमेंट आपण करणार कशी आहोत?
- मोबाईलच्या माध्यमातून निर्माण होणारे प्रश्न हाताळण्यासाठी आपण तयार आहोत का? ती तयारी करणार कशी?
- मोबाईल किंवा कुठलाही स्क्रीन न देणं हेच एकमेव उत्तर आहे का? आणि हे उत्तर कितव्या वयापर्यंत उपयोगी ठरू शकते? त्यानंतर काय?
- मुलांविषयी माहिती ऑनलाईन जगात पोस्ट करताना (शेरेंटिंग) काय काळजी घ्यायची आहे?
- मुलांचं सतत जगाने कौतुक करत राहावं ही आपली अपेक्षा आहे का, की आपली पाठ थोपटली जावी ही अपेक्षा आहे? आणि का?
- मुलांचे मानसिक, सामाजिक आणि शारीरिक स्वास्थ्य आज आणि भविष्यातही डिजिटल स्पेसशी जवळून जोडलेले आहे; त्यामुळे आपण हायब्रीड जगण्यात मुलांच्या स्वास्थ्याचा विचार कसा करणार आहोत, याबाबत पालक होण्यापूर्वी विचार झालेला असणं आवश्यक आहे.

कॅमेरा, मोबाईल आणि मुलं

हल्ली मूल जन्माला आल्याबरोबर त्याचे फोटो काढण्याची, व्हिडिओ करण्याची पद्धत आहे. बेबी शूट्सची पद्धत आहे. त्या आठवणी कॅमेऱ्यात बंदिस्त करत असताना कॅमेऱ्याच्या फ्लॅशचा मुलांच्या नाजूक डोळ्यांना त्रास होणार नाही, याची काळजी घेतली गेली पाहिजे. मुलं जन्माला येण्याआधी प्रेगनन्सी टेस्ट किट, सोनोग्राफीचे फोटो, आणि मूल जन्माला आल्याबरोबर त्या नवजात बालकाचे फोटो सोशल मीडियावर टाकले जातात. हे त्या बाळाचे डिजिटल फूटप्रिंट्स आहेत, हे लक्षात घ्या. इतक्या लहान वयात हे फूटप्रिंट्स आपण तयार करणं योग्य आहे का, याचा विचार पालकांनी जरूर करावा. अल्ट्रासाऊंड, बाळाचं पूर्ण नाव, जन्मदिनांक, लोकेशन, हॉस्पिटल, शाळेचं - बालवाडीचं नाव अशी थेट ओळख

सांगणारी माहिती पोस्ट्समध्ये लिहिणं टाळलं पाहिजे. पोस्ट करणार असाल तर क्लोज्ड ग्रुप्स/प्रायव्हेट अल्बम्स, लो-रिस्क माहिती, चेहरा न दाखवणारे फोटो वापरण्याची सवय पालकांनी स्वतःला तर लावली पाहिजेच; पण आजी-आजोबा आणि इतर नातेवाइकांनाही हे सांगितलं पाहिजे. वेगवेगळ्या प्लॅटफॉर्म्सवर स्टोरीमध्ये मुलांचे हे तपशील सर्रास दिले जातात. या प्रकारच्या शेअरिंगचे काय दुष्परिणाम असू शकतात याचा विचार न झाल्यामुळे हे शेअरिंग आपण करू नये, हे अनेकांच्या लक्षात येत नाही.

हीच गोष्ट लहान मुलांच्या रील्सची! लहान मुलांचे रील्स हे त्या मुलांचे डिजिटल फूटप्रिंट आहेत. मुलांचे डिजिटल फूटप्रिंट्स तयार करण्याचा अधिकार पालकांना नाही... तो फक्त मुलांना आहे, हे आपण कधीही विसरू नये! त्यामुळे जी जोडपी पालक होण्याचा विचार करता आहेत त्यांनी मुलांचे फोटो, व्हिडिओ आणि इतर माहिती ऑनलाईन जगात टाकण्याच्या तीव्र इच्छेपासून स्वतःला दूर कसं ठेवता येईल याचा विचार केला पाहिजे.

'पॅसिव्ह' स्क्रीनही नकोच!

अनेकदा मूल तान्हं असताना त्यांना थेट स्क्रीन एक्सपोजर नसले तरी एखादे पार्श्वसंगीत चालावे अशा पद्धतीने घराघरांतून टीव्ही आणि मोबाईल मुलांच्या सान्निध्यात असतात. मूल ज्या खोलीत आहे तिथला टीव्ही किती काळ चालला पाहिजे, याचा सजगपणे निर्णय केला गेला पाहिजे; नाहीतर मुलं अप्रत्यक्षपणे स्क्रीनसोबतच वाढत असतात. अनेकदा पालक मुलांना अन्न भरवताना स्वतः मोबाईल बघत असतात किंवा अगदी तान्ह्या बाळाच्या सान्निध्यात असताना मोठ्यांच्या जगाच्या हातात सतत फोन असतो. यामुळे मुलं हळूहळू मोबाईल फोन ही काहीतरी जीवनावश्यक वस्तू आहे असं मानायला लागतात.

पालकांच्या हातात सतत मोबाईल दिसल्याने त्याविषयीचं कुतूहल वाढतं आणि आई-बाबा किंवा आजीआजोबांच्या सतत हातात असणारी गोष्टी आपल्याकडेही असलीच पाहिजे ही भावना तीव्र होत जाते. मुलं हे सगळं सांगू शकत नाहीत, सांगत नाहीत पण मोबाईलचे हट्ट, अगदी छोट्या मुलांमध्येही मोबाईल शिवाय न जेवणं, कुठेही बाहेर गेलं की मोबाईलची मागणी करणं, तो दिला नाही तर भुणभुण करत राहणं या सवयी यातूनच तयार होतात. या सवयी

निर्माणच होणार नाहीत यासाठी मूल जन्माला घालण्याचा विचार सुरू झाल्यापासून पालक म्हणून आपल्या सवयींना ही मुरड घालण्याची तयार आणि सवय लावणं आवश्यक आहे. उदा. जेवताना मोबाईल बघण्याची, झोपताना मोबाईल बघण्याची किंवा संडासात मोबाईल घेऊन जाण्याची सवय असल्यास ती मोडणं. मुलं आपल्याकडून शिकत असतात. आपण जे करतो तेच ते स्वीकारतात. त्यामुळे घरात काही स्पष्ट, सर्वांसाठी लागू असलेले नियम असतील तर मुलांना वेगळ्या सवयी लावण्यासाठी धावपळ करावी लागत नाहीत. पालक स्वतः या गोष्टी पाळत असतील तर मुलं आपोआप त्या गोष्टी पाळायला लागतात. मुलांना गोष्टी समजावून सांगणं सोपं जाऊ शकतं. कधीतरी टीव्ही बघताना जेवणं वेगळं आणि रोज जेवायला बसल्यावर सवय असल्यासारखा टीव्ही चालू करणं वेगळं, यातला फरक लक्षात घेतला पाहिजे.

घरातील डिजिटल नियम

घरातील डिजिटल नियम बाळ येण्यापूर्वीच लिहा. तीन स्क्रीन-फ्री झोन्स ठरवा. जेवणाची जागा, बेडरूम, बाथरूम हे 'नो स्क्रीन झोन' म्हणून जाहीर करा. बाळ घरात येण्याआधीच या ठिकाणी पालक म्हणून तुम्ही मोबाईल वापरणार नाही याची सुरुवात करा. घरात स्क्रीन सुरू करण्याआधी आपण आपल्या कामाचे अग्रक्रम पूर्ण केले का, याच्या नोंदी ठेवायला लागा. उगीचच स्क्रीन बघण्याची सवय टाळा.

एका वेळी एक डिव्हाइसची सवय स्वतःला लावा. हल्ली आपण एका वेळी अनेक डिव्हाइसवर असतो. उदाहरणार्थ, मोबाईल बघत असताना टीव्हीवर काहीतरी सुरू असतं. लॅपटॉपवर मीटिंग सुरू असताना आपण मोबाईलवर गेमिंग करत असतो. या सवयी बदलणं आवश्यक आहे. घरात येणारा नवा सदस्य एका वेळी अनेक डिव्हाइस बघत वाढता कामा नये, ही काळजी घ्यायची असेल तर पालक म्हणून आपल्या सवयी बदलायला हव्यात.

नव्या बाळाविषयी काहीही ऑनलाईन स्पेसमध्ये पोस्ट करायचे असल्यास आधी पालकांशी बोलणं आणि त्यांची परवानगी घेणं आवश्यक आहे, हे सगळ्या नातेवाइकांना सांगा. ही बाब अनेकदा अनेकांना खटकू शकते; पण ते का गरजेचं आहे हे सांगितल्यास लोकांना त्याचं महत्त्व पटतं. कारण हे सगळे प्रयत्न बाळाच्या सुरक्षेसाठी आहेत.

पालक म्हणून आपला स्क्रीनचा वापर संयमी, मर्यादित, गरजेचा आणि विचारपूर्वक असेल तर त्या गोष्टी मुलांपर्यंत आपोआप पोहोचतात. लहान वयात प्रत्यक्ष संवादातून मूल जितकं शिकेल तितकं ते इतर कशातूनही शिकत नाही, हे समजून घेऊन अगदी लहान म्हणजे वय वर्ष दोनच्या आत असणाऱ्या मुलांच्या आयुष्यात स्क्रीन नसेल हे बघायला हवं. पालक होणं म्हणजे फक्त मुलं जन्माला घालणं नाही. पालक होणं ही दीर्घ काळ चालणारी प्रक्रिया आहे. त्यासाठीची आर्थिक तयारी अनेक जोडपी करतात, त्याचप्रमाणे वर्तणुकीय सवयींमधील बदलांची तयारीही ठेवली पाहिजे. यात जसा व्यसनांचा समावेश आहे, तसा डिजिटल वेलबीइंगचाही आहे. त्यामुळे एक नवीन जीव जन्माला घालण्यापूर्वी याचा विचार जरूर केला पाहिजे.

थोडक्यात महत्त्वाचे

- स्तनपान करताना मोबाईल वापरू नका.
- बाळाला कुशीत घेऊन झोपवताना आई किंवा बाबा यांच्यापैकी कुणीही मोबाईलचा वापर करू नये. टीव्हीही शक्यतो त्या वेळी बंद असावा.
- स्मार्ट गॅझेटऐवजी साधी साधने वापरा. ऑफलाईन घड्याळ/थर्मामीटर, लो ब्लू-लाइट, इलेक्ट्रॉनिक खेळण्यांऐवजी ओपन-एंडेड टॉइज; ट्रॅकिंग ॲप्स फक्त गरजेपुरते!
- सतत मुलांच्या फोटोचे, व्हिडिओचे डीपी पालक, आजी-आजोबा कुणीच टाकणार नाही, याची काळजी घ्या.

▲▲▲

सायबर पालकत्व म्हणजे काय?

तर, मुलं आणि तंत्रज्ञान यांच्या शाश्वत, सुसंवादी आणि सजग सहअस्तित्वासाठी प्रयत्नरत असणं...

''आई, सगळ्या मैत्रिणींकडे सोशल मीडिया आहे, मलाही हवाय...'' दहा वर्षांची *मुलगी हट्टाला पेटते.*

''अरे, किती वेळ गेमिंग करतोयस... अभ्यासाला बस. एवढ्या रात्री कुणाशी चॅटिंग सुरू आहे?'' तेरा-चौदा वर्षांच्या मुलाचा बाबा काळजीने, पण चिडून म्हणतो; आणि मुलगा, 'मला माझी स्पेस हवीये, तुम्ही काहीही सांगू नका.' म्हणत पुन्हा मोबाईलमध्ये डोकं घालून बसतो.

असे प्रसंग हल्ली घरोघरी घडतात. मोबाईलवरून शाब्दिक हल्ले, कटकटी सुरू झाल्या आहेत. 'फोन ठेव आता!' असं मुलांना म्हटलं की मुलं चिडचिड, आदळआपट करतात; रुसून बसतात. 'आई-बाबांना आमचं जगणं समजतच नाही' असा सूर लावतात. प्रसंगी एकमेकांच्या अंगावर हातही उगारतात.

केरळमधल्या कन्नूर जिल्ह्यातल्या केणिच्चिरा या गावातली घटना यासंदर्भात अंगावर काटा आणणारी आहे! मोबाईलचे व्यसन लागलेल्या मुलाला मोबाईलच्या अतिवापराबद्दल आई रागावली, तिनं त्याला टोकलं. वातावरण भलतंच तापलं आणि रागाच्या भरात मुलानं आईचं डोकं घरातल्या भिंतीवर आपटवलं. हा हल्ला इतका जबरदस्त होता, की त्यात आई मृत्युमुखी पडली. आईवर आठवडाभर रुग्णालयात उपचार झाले; पण झालेल्या जबर दुखापतीतून ती वाचू शकली नाही!

इतक्या टोकाच्या हिंसेचे प्रकार अपवादात्मक असले तरी मोबाईलवरून पालक मुलांना मारहाण करतात, ही वस्तुस्थिती आहे; तसंच प्रसंगी मुलंही पालकांवर हात उचलतात, हे कामाच्या निमित्ताने दिसून येतं.

हा तिढा सुटला पाहिजे. कारण मोबाईल, त्यातलं इंटरनेट आणि आभासी जग यांपासून आता आपली सुटका नाहीये. मोबाईल आणि त्यातलं इंटरनेट हा जगण्याचा अविभाज्य घटक बनलेला आहे! या तंत्रज्ञानाचे अनेक फायदे आहेत, तसेच तोटेही!

चीनने 1.2 TB/second एवढा प्रचंड स्पीड असलेलं इंटरनेट निर्मित केल्याचा दावा केला आहे! एआय, सुपरफास्ट इंटरनेट, इम्प्लांट आणि वेअरेबल गॅझेट्स, अत्याधुनिक संगणक, चॅटजीपीटी हे सगळं आपलं भविष्य नाही, तर वर्तमान आहे! आपण एका अशा तांत्रिक काळात पाऊल ठेवतो आहोत, जिथे माणसं फक्त मूलभूत गरजांसाठी 'ऑफलाइन' जगात येतील; कारण जिवंत राहायचं आहे! भूक, तहान, मैथुन, शारीरिक स्वच्छता इतक्याच ऑफलाइन जगाशी निगडित गरजा उरणार आहेत का? असा प्रश्न पडावा असा काळ येऊ घातला आहे.

तंत्रज्ञानात अगणित बदल होणारच आहेत, त्यात अधिकाधिक आधुनिकता येणारच आहे, हे आपण काहीच रोखू शकत नाही. आपण काय करू शकतो? तर, या सगळ्या तांत्रिक क्रांतींना सामोरं जाण्यासाठी स्वतःला आणि आपल्या मुलांना तयार करू शकतो!

ऑनलाइन जगात जाताना ऑफलाइन जगाचे दोर तुटणार नाहीत, तोडले जाणार नाहीत याची काळजी करणं, त्याविषयी सजग राहणं, यालाच म्हणतात सायबर पालकत्व!

तांत्रिक बदलांच्या झंझावातात पालक म्हणून आपली भूमिका काय हवी, आपण नेमकं काय करायला हवं, नेट आणि टेक्नोसॅव्ही मुलांना समजून कसं घ्यायचं, तंत्रज्ञानाचा समतोल वापर स्वतः शिकायचा आणि मुलांना शिकवायचा कसा, इथंपासून ते तंत्रज्ञान आणि माध्यमे यांतील धोके कमी करून सायबर गुन्ह्यांविषयी स्वत: जागरूक होत मुलं आणि तंत्रज्ञान यांच्या शाश्वत, सुसंवादी आणि सजग सहअस्तित्वासाठी प्रयत्नरत असणं, म्हणजेच सायबर पालकत्व.
आजवरच्या मानवी इतिहासातील आधीच्या कुठल्याही पालकांच्या पिढ्यांना ज्या घटनांचा सामना करावा लागलेला नाही, त्याच्याशी आजचे पालक झुंजत

आहेत. हायब्रीड जगणं (म्हणजेच ऑनलाइन आणि ऑफलाइन यांच्या मिश्रणातून तयार झालेलं जगणं) या आधीच्या ज्ञात मानवी पिढ्यांनी जगलेलं नाही, त्यामुळे याविषयीचा कसलाही पालकत्वाचा इतिहास आपल्याला नाही.

पालक झाल्यानंतर आपण नेमकं काय करायचं असतं आणि काय टाळायचं असतं, हे आपण स्वानुभवानुसार ठरवत असतो. आपल्याला जसं वाढवलं गेलेलं आहे, त्या वेळी आपल्या आजूबाजूला, घरात जे काही वातावरण होतं त्या अनुभवांच्या आधारावर, आणि पालक झाल्यानंतर इतर पालक काय करत आहेत हे जाणून घेऊन; त्यातलं जे काही आपल्याला आपल्या वर्तनात आणि निर्णयात आणता येईल त्यानुषंगाने आपण आपल्या पालकत्वाचा अभ्यासक्रम ठरवतो.

पण आपण लहान असताना ना मोबाईल होते, ना इंटरनेट होतं, ना हायब्रीड जगणं; त्यामुळे आपल्या अभ्यासक्रमात पूर्वानुभवाचे पाठच नाहीत. आपण जे काही करणार आहोत, करतो आहोत ते सगळं मानवी पालकत्वाच्या प्रवासात पहिल्यांदाच घडत आहे. खरंतर अशा अनेक गोष्टी पहिल्यांदाच घडलेल्या आहेत. पण तरीही, त्यात हायब्रीड जगण्यासारखा अतिशय किचकट आणि विविध स्तरांवर परिणाम करणारा घटक कधीच नव्हता. पालकत्वाच्या प्रवासात अनेक आव्हाने प्रत्येक पिढीसमोर होतीच; पण ती सगळीच प्रत्यक्ष जगातली होती. सायबर पालकत्वात प्रत्यक्ष आणि आभासी जगाची आव्हाने आहेत; आणि म्हणून हा प्रवास अवघड आहे आणि विलक्षणही!

सायबर पालकत्वाची आव्हाने

- **अति स्क्रीन टाइम :** मुलांचा, पालकांचा आणि अगदी आजी-आजोबांचाही अति स्क्रीन टाइम हे संपूर्ण कुटुंबासमोरचंच मोठं आव्हान आहे.
- **डिजिटल बेबीसीटिंग :** हल्ली घराघरांतून बेबीसीटिंग बघायला मिळते. मुलांना भरवताना, खेळताना, झोपवताना, त्यांचा अभ्यास घेताना एकीकडे टीव्ही चालू तरी असतो किंवा मोठी माणसं त्यांच्या मोबाईलमध्ये गुंतलेली असतात. मुलांनी मागे लागू नये, भुणभुण करू नये यासाठी चटकन त्यांच्या हातात फोन ठेवण्याची

पद्धत रूढ होते आहे. अनेक आई-बाबा, आजी-आजोबा त्यांचा मोबाईलचा आणि टीव्हीचा वेळ कमी होऊ नये यासाठी मुलांच्या हातात मोबाईल देतात. आई-बाबा आणि आजी-आजोबा यांना पर्याय तंत्रज्ञान होऊ बघते आहे.

- **बक्षिसांचा खेळ :** पालक अनेकदा मोबाईलला बक्षिसासारखं वापरतात. 'अभ्यास कर मोबाईल देईन', 'अमुक एक गोष्ट केलीस तर गेमिंगसाठी जास्तीचा वेळ मिळेल.' यातून तंत्रज्ञानाबरोबरचं सजग सहजीवन विकसित होण्यात अडथळे येऊ शकतात. 'बक्षीस मिळणार नसेल तर काम का करायचं?' हा प्रश्न मुलं विचारू लागली आहेत. बक्षीस नेहमीच मोबाईल असायला हवं का? हा प्रश्न महत्त्वाचा बनतो.
- **पिढ्यांमधली डिजिटल दरी :** पालक आणि मुलं यांना रस असेल अशा समान गोष्टींची यादी आता कमी झालेली आहे.ही डिजिटल दरी भरून काढणं हे मोठं आव्हान आहे. या दोन पिढ्यांमध्ये विविध विषयांच्या बाबतीत समान आवडीनिवडी असणं आवश्यक असतं.

सायबर पालकत्वाची आव्हानं आपल्याला माहीत हवीत; तरच प्रवास सोपा आणि सजग होईल.

थोडक्यात महत्त्वाचे

3-C रचना (Content–Context–Child):

- काय दाखवायचं, कधी/कोणासोबत, आणि मुलाच्या स्वभावानुसार किती याचा विचार आवश्यक आहे.
- Content: वयानुरुप, जाहिरात-मुक्त, हिंसामुक्त तपशील
- Context: जेवण करताना, झोपेआधी, सकाळी उठल्याबरोबर, शाळेपूर्वी स्क्रीन टाळला पाहिजे.
- Child: मुलाचा स्वभाव, संवेदनशीलता, अटेंशन स्पॅन लक्षात घेऊन स्क्रीन टाइम ठरवला पाहिजे.

▲▲▲

मुलांचा स्क्रीन टाइम किती हवा?

टीव्ही, मोबाईल दिल्यावर जबाबदारी संपत नाही;
तर तिथून जबाबदारी सुरू होते मोठ्यांची...!

मुलांसाठी सायबरचं जग सुरक्षित करायचं असेल तर त्यात पालक आणि शिक्षक यांची भूमिका मोठी आहे. ज्याप्रमाणे प्रत्यक्ष जगात मुलांना वावरण्याबाबतच्या काही सूचना आपण देत असतो, काही नियम लावून देतो, गोष्टी समजावून देतो, तेच ऑनलाइन जगात मुलं जातानाही करणं आवश्यक आहे.

तंत्रज्ञानाच्या काळात जन्माला आलेल्या मुलांना इंटरनेट, स्मार्ट फोन्स कसे वापरायचे याचं प्रशिक्षण देण्याची गरज नाहीये; तर गरज आहे मुलांमध्ये 'माध्यमभान' निर्माण करण्याची! आपण सायबरच्या जगात स्वतःला कसं सुरक्षित ठेवू शकतो, काय केलं तर त्याचे आपल्यावर काय परिणाम होतात, याची स्पष्ट कल्पना मुलांना असणं आवश्यक आहे. पण, इथे एक मोठी गोची आहे आणि ती म्हणजे, मुलांना 'माध्यमभानापर्यंत' नेण्याचा प्रवास पालकांना स्वतःपासून सुरू करावा लागेल... आणि तिथेच गाडी अडखळते!

सायबरच्या जगात वावरत असताना काही नियम हे सगळ्यांसाठी लागू होतात, हे लक्षात घेतलं पाहिजे. पालकांसाठी एक नियम आणि मुलांसाठी दुसरे, असं होऊ शकत नाही. पालक म्हणतील ते मुलं ऐकत होती, हा काळ आता नाही. आज मुलं प्रश्न विचारतात, वाद घालतात; आणि बऱ्याचदा

पालकांना आपण कोंडीत पकडलो गेलो आहोत, असं वाटायला लागलं की त्यांची गडबड होते. एक उदाहरण बघू या.

मुलांना त्यांच्या अति स्क्रीन टाइमबद्दल टोकलं जातं तेव्हा मुलं पालकांचाही अति स्क्रीन टाइम काढतात. पालक आणि मुलांमध्ये मग वादावादी सुरू होते. अनेकदा पालकांच्या कामामुळे त्यांच्या हातात मोबाईल असतो हे जितकं सत्य आहे, तितकंच अनेकदा पालक मोबाईल बघायचा म्हणून कामाचं कारण मुलांसमोर काढतात. तेव्हा ते मुलांकडून लपून राहत नाहीच, विशेषतः टीनएजरकडून!

आपल्या मुलांचा स्क्रीन टाइम कमी असावा असं वाटत असेल, तर त्याची सुरुवात पालकांना, शिक्षकांना आणि मोठ्यांच्या जगाला स्वतःचा स्क्रीन टाइम सीमित ठेवून करावी लागेल. इंटरनेट एटीकेट्स फक्त मुलांसाठी लागू होत नाहीत, ते त्या प्रत्येकासाठी असतात – ज्याच्या हातात फोन आहे – हे एकदा मान्य केलं की मग संपूर्ण कुटुंबाच्या सायबर सुरक्षेचा विचार केला जाऊ शकतो; ज्यातून मुलांपर्यंत माध्यमभानाचे मुद्दे आपोआप पोहोचवतात येतात.

माध्यम शिष्टाचार (नेटिकेट्स)

माध्यम शिष्टाचार फक्त मुलांसाठीच आहेत असं नाही; अनेकदा मोठ्यांमध्येही माध्यम शिष्टाचार नसतात. मोठ्यांनी माध्यम शिष्टाचार गांभीर्याने घेतले तर मुलंही घेतात.

माध्यम शिष्टाचाराची यादी बरीच मोठी आहे, त्यातले काही महत्त्वाचे मुद्दे याप्रमाणे –

ऑनलाइन जगात कुणालाही 'ट्रोल' करू नये, कुणाशी असभ्य पद्धतीने वागू नये, कुणाचीही कुचेष्टा आणि अपमान करू नये, अफवा पसरवू नयेत, मिळालेली माहिती खरी आहे ना, हे तपासून बघावे.

आत एक प्रसंग बघू या.

> समजा, घरातल्या एखाद्या मोठ्या व्यक्तीचा ऑनलाइन जगात कुणाशी तरी वाद झाला... आणि त्याविषयी प्रत्यक्ष जगात घरात मुलांसमोर चर्चा सुरू झाली... त्यात समोरच्या व्यक्तीचं काहीही ऐकून न घेता आपण त्याचं तोंड कसं बंद केलं... त्याला कशा शिव्या हासडल्या... आपलीच बाजू बरोबर आहे या गृहीतकावर समोरच्याचा कसा

जाहीर अपमान केला... हे आणि असं सगळं ती मोठी व्यक्ती मोठ्या अभिमानाने व तावातावाने सांगत असेल तर मुलांपर्यंत आपण बौद्धिक असहिष्णुता पोहोचवत असतो, हे लक्षात घेतलं पाहिजे. आपला डिजिटल वावर आणि त्याचे परिणाम फक्त ऑनलाइन जगातच होतात असं नाही; ते ऑफलाइन जगातही होतात आणि समाजात होण्याआधी कुटुंबावर, मुलाबाळांवर होतात!

मुलांचा स्क्रीन टाइम किती हवा?

आपल्याकडे मूल जन्माला आल्याबरोबर त्याच्या डोळ्यांसमोर स्क्रीन येतो. सर्व वयोगटातली मुलं जेवताना स्क्रीनसमोर असतात. संपूर्ण घरच अनेकदा जेवण करताना एकतर घरातल्या टीव्हीसमोर असतं, नाहीतर आपापल्या गॅझेट्सबरोबर! याचे विविध स्तरीय परिणाम मुलांवर होतात. हे परिणाम भावनिक, शारीरिक तर आहेतच; पण मेंदूच्या वाढीशी संबंधितही आहेत.

२०२०-२०२१मध्ये भारतीय बालरोगतज्ज्ञ संस्थेने तर डब्ल्यूएचओनेही मार्गदर्शक तत्त्वे सांगितली आहेत. त्या सगळ्यांचा गोषवारा असा –

- **० ते २ वर्ष :** स्क्रीन टाइम नको, म्हणजे त्यांच्या डोळ्यांसमोर मोबाईल, टीव्ही, टॅब यापैकी काहीही नको.
- **२ ते ५ वर्ष :** दिवसाला फक्त एक तास. त्यातही शैक्षणिक व अशैक्षणिक कार्यक्रमांसाठी वापर व्हावा, असं म्हटलं आहे. हा एक तास सलग देऊ नका; तर तो एक तास दिवसभरात विभागून द्यावा.
- **५ ते १० वर्ष :** दिवसभरात दोन तासांपेक्षा कमी. इथेही सलग दोन तास नाहीतर दिवसभरात विभागून दोन तास.
- **१० ते १८ वर्ष :** या वयोगटाचे झोपेचे प्रश्न किचकट झाले आहेत. या मार्गदर्शक तत्त्वांमध्ये हे स्पष्ट म्हटलेलं आहे की, आठ ते नऊ तासांची झोप झालीच पाहिजे, त्यात कुठलीही तडजोड नको! मैदानी खेळ खेळले जातील याकडे लक्ष हवं, छंद जोपासले गेले पाहिजेत. थोडक्यात, अभ्यास, झोप, खेळ, वैयक्तिक स्वच्छता यांमध्ये अडथळा येऊ न देता स्क्रीन टाइम असला पाहिजे.

अनेकदा मुलांशी बोलताना 'आम्हांला धोके कुणी सांगतच नाही' अशी तक्रार मुलं करतात. मुलांच्या हातात फोन दिल्यावर जबाबदारी संपत नाही, तर तिथून सुरू होते. मुलांबरोबर होणाऱ्या संवादात स्क्रीन टाइमची चर्चा जशी हवी तशी मुलांसोबत होणारे सायबर क्राईम्स – जसं की सायबर बुलिंग, फसवणूक, लैंगिक गुन्हे, बदनामीची धमकी, सायबर ग्रूमिंग, सायबर स्टोकिंग यांची माहिती मुलांना असणं आवश्यक आहे. तसंच त्यांच्या हातूनही कुठेही गुन्हे घडणार नाहीत यासाठी त्यांना जागरूक करणं आवश्यक आहे.

प्रत्येक पालकाला आणि शिक्षकाला या सगळ्या गोष्टी माहीत असणं शक्य नाही, तशी अपेक्षाही नाही. म्हणूनच, या पुस्तकाच्या माध्यमातून शक्य तितकी माहिती देण्याचा प्रयत्न आहे. ती वापरून पालक, शिक्षक आणि मोठे स्वतः अपडेट ठेवू शकतात, मुलांना जागरूक करू शकतात. सायबर पालकत्वामध्ये मुलांशी 'स्क्रीन टाइम किती आहे?' यापलीकडे 'त्या जगात मुलं काय करतात?' याविषयी संवाद आवश्यक आहे. तो तेव्हाच होऊ शकतो जेव्हा पालक कुठलेही पूर्वग्रह न ठेवता मुलांच्या सायबर जगात डोकावून बघायला तयार होतील. मुलं गेमिंग करत असतील तर त्याबद्दल त्यांच्याशी बोललं पाहिजे, मुलांचा स्क्रीन टाइम वाढत असेल तर त्याविषयीही मुलांना काय वाटतं, तो कमी करण्यासाठी मुलं काय करू शकतात, हे विचारलं पाहिजे.

सायबर पालकत्व आव्हानात्मक आहे; पण कठीण मुळीचच नाही... आहे का आपली तयारी?

थोडक्यात महत्त्वाचे

- लहान मुलांना स्क्रीनसमोर बसवून ठेवू नका. त्यांच्याबरोबर स्क्रीनवर जे काही चालू असेल ते बघा. यामुळे तिथल्या तिथे मुलांशी काही विषय बोलता येतात.
- Pause–Ask–Relate: "आलेला मेसेज कोण पाठवते आहे? का पाठवते आहे?" जाहिरात/इन्फ्लुएन्सर नक्की काय सांगू बघत आहेत? छुपे प्रभाव काय असतात, ते ओळखायचे कसे हे मुलांना उदाहरणासकट सांगता येतं.

▲▲▲

मुलांशी सायबर संवाद साधायचा कसा?

आपला मुलांशी संवाद हा फक्त शाळा, अभ्यास, मार्क, क्लासेस इतकाच मर्यादित असतो. तो त्यापलीकडे गेला तरच मुलांच्या मनात काय सुरू आहे, हे समजू शकतं.

डिजिटल पालकत्वाच्या प्रवासात मुलांशी डिजिटल स्पेसबद्दल संवाद कसा हवा, याविषयी अनेकदा पालकांच्याच मनात गोंधळ उडालेला असतो. मुळात 'असा संवाद आवश्यक आहे', हेच अनेक पालकांच्या लक्षात येत नाही.

आम्ही आमच्या मुलांशी नक्की काय बोलू? असा प्रश्न अनेक पालकांना पडलेला असतो. स्वतःच्या मुलांशीच बोलता न येणं यात दर वेळी पालकांची चूक असते असं नाही. त्यांच्या पालकांनीही कधी त्यांच्याशी असा 'संवाद' साधलेला नसतो. हा अनुभव अनेक पालकांकडे नसल्यामुळे 'मुलांशी काय आणि कसं बोलू?' हा प्रश्न पालकांना पडतो. त्यात सायबरच्या विषयात पालकांनी हे गृहीत धरलेलं असतं की, आपला अभ्यास कच्चा आहे! ते थोडं खरंही असतं.

पण इथे पालक एक गोष्ट विसरतात, ऑनलाइन जगाचा अभ्यास कमी असला तरी आयुष्याचा आणि अनुभवांचा अभ्यास नक्कीच कच्चा नसतो! जग; मग ते ऑनलाइन असो की ऑफलाइन, जगण्याची मूलभूत तत्त्वं बदलत नाहीत. त्यामुळे 'मुलांना आमच्यापेक्षा ऑनलाइनबद्दल जास्त कळतं' या विचारात अडकून 'आम्ही काय सांगणार त्यांना!' असंही काही पालकांना वाटत असतं. पण जगण्याचा आणि जगण्यातल्या खाचखळग्यांचा अनुभव अर्थातच मुलांपेक्षा पालकांना जास्त असतो. जगण्याच्या या शहाणपणातून आपण काही ना काही शिकत असतो, हे विसरू नये.

सायबर पालकत्व हेही संवादावर अवलंबून आहे. आणि हा संवाद जितक्या लवकर सुरू होईल तितकं उत्तम!

अनेकदा पालक मूल टीनएजर झालं की संवाद सुरू करतात. पण तोवर पुलाखालून बरंच पाणी वाहून गेलेलं असतं. त्या वयात मुलं संवादासाठी मोकळी असतील असं नाही. काही पालकांचा संवाद हा फक्त शाळा, अभ्यास, मार्क, क्लासेस इतकाच मर्यादित असतो. मूल जन्माला आल्यापासून ज्या त्या वयात, वयानुरूप संवाद आवश्यक असतो. सायबर पालकत्वातही तेच लागू होतं. मुलांच्या हातात फोन जाण्याआधी संवाद सुरू झाला पाहिजे. पण समजा, तुम्ही तो केलेला नाहीये, तरीही उशीर झालेला नाही. पुढे दिलेल्या काही गोष्टी आवर्जून लक्षात घ्या.

स्वतःपासून सुरुवात

मुलांनी डिजिटल स्पेस शहाणपणाने वापरावी असं वाटत असेल, तर मोठ्यांच्या वर्तनात ते शहाणपण दिसणं आवश्यक आहे! मुलांना सांगायचं 'फोन बाजूला ठेवा!' आणि आई-बाबा सतत फोनमध्ये गुंतलेले... हे चित्र फारसं शहाणपणाचं नाही. तीच गोष्ट आजी-आजोबांच्या बाबतीत. माझ्या कामाच्या निमित्ताने लहान मुलांबरोबर संवाद होतो, तेव्हा 'आजी आणि आजोबा सतत व्हॉट्सॲपवर किंवा यूट्यूब बघण्यात गुंतलेले असतात', हे मुलं नोंदवतात.

अनेक घरांतून आई-बाबा स्क्रीन टाइमविषयी जागरूक आणि आजी-आजोबा हट्टी; असंही चित्र बघायला मिळतं. कामावर गेलेले आई-बाबा आजी-आजोबांजवळ मुलांना सोडून जातात. अशा वेळी अनेकदा मुलांकडे सतत लक्ष द्यायला लागू नये यासाठी आजी-आजोबाही मुलांसमोर टीव्ही किंवा टॅब ठेवतात. यात कितीही सोय असली तरी सतत मुलांच्या डोळ्यांसमोर कुठला ना कुठला स्क्रीन असणं ही काही विशेष जमेची बाजू नाही, हे आजी-आजोबांनीही लक्षात घेतलं पाहिजे. यातून घराघरांत या नात्यांमध्येही विसंवाद व्हायला सुरुवात झालेली आहे. त्यामुळे सगळ्यांनीच थोडं सावध असण्याची गरज आहे.

मुलांना हे दिसलं पाहिजे की, त्यांच्या आजूबाजूचे मोठे फोनवर असतात आणि तसंच इतरही गोष्टी करतात – जसं की, पुस्तक वाचन, बागकाम, व्यायाम, प्रत्यक्ष भेटीगाठी, घरकाम, स्वयंपाक. मुलांना हे दिसणं आवश्यक आहे. मुलं सूचनांपेक्षा बघून जास्त गोष्टी शिकतात, समजून घेतात. ऑनलाइन आणि ऑफलाइन जगाचा

समतोल कसा साधायचा हे आपोआप मुलांपर्यंत पोहोचतं. आणि हो, या गोष्टी मुलं तुमच्या आजूबाजूला असताना घडल्या पाहिजेत. मुलं शाळेत गेल्यावर आई किंवा बाबा पुस्तक वाचत असतील आणि मुलं सोबत असताना मोबाईल वापरत असतील तर मुलांपर्यंत तेच पोहोचेल जे मुलं बघतील.

सहज-सजग डिजिटल संवाद

'डिजिटल स्पेसमध्ये तुम्ही काय करता?' त्याविषयी मुलांशी बोला. एखादी बातमी वाचली, चांगली वेब सीरिअल बघितली, काही सायबर गुन्हा घडल्याचं कानावर आलं तर त्या गोष्टी मुलांशी 'शेअर' करा. हे शेअरिंग जितकं जास्त होईल तितकी मुलं सायबर-सजग व्हायला मदत होते; हेही माध्यम शिक्षणच आहे!

शिकण्यासाठी दर वेळी पाटी-पेन्सिल घेऊन बसण्याची गरज नसते. पालकांनी त्यांच्या जगातल्या गोष्टी मुलांना सांगितल्या की मुलंही आपोआप त्यांच्या जगातल्या गोष्टी पालकांना सांगतात. आपलं मूल सायबरच्या जगात सुरक्षित आहे की नाही, हे समजून घेण्यासाठी हा संवाद अतिशय उपयोगी पडतो. आणि हा संवाद असा समोर बसवून होत नाही. सोशल मीडियावर, गेमिंग करतानाचे मोठ्यांचे अनुभव मुलांना समजणं आवश्यक असतं. त्यातूनच मुलं शिकत जातात, सजग होतात; आणि त्यांना अडचण आली तर मोठ्यांची मदत घ्यायला तयारही होतात.

विश्वासाचं नातं

सायबरचं जग जितकं सुरेख आहे, उपयोगी आहे, आकर्षक आहे, तितकंच ते धोकादायक आहे. आपली मुलं त्या जगात सुरक्षित राहावीत यासाठी मुलांचा पालकांवर दृढ विश्वास हवा. मुलांच्या मनात तो निर्माण करावा लागतो. मुलांना हे माहीत असणं आवश्यक आहे, की ते चुकले, कशात फसले, कुणी त्यांना त्रास दिला तरी पालक त्यांच्याबरोबर आहेत; मदतीला उपलब्ध आहेत. हा दिलासा मुलांसाठी फार महत्त्वाचा असतो. अर्थातच, मुलांना कुठलाही दोष न देता हे व्हायला हवं. या वयात मुलांना बरेचदा आपणच काहीतरी चूक केलेली आहे, म्हणूनच आपल्याबरोबर असं घडतंय असं वाटतं असतं. त्यामुळे, कुठेही 'गिल्ट ट्रीप' होणार नाही याची काळजी संवादात घेणं आवश्यक असतं.

बऱ्याचदा सायबर बुली होणारी मुलं घरात वेळेवर गोष्टी सांगत नाहीत आणि घटना हाताबाहेर जातात. अनेकदा टीनएज मुलं घरातून संवाद असूनही बोलत नाहीत, त्यांच्या अडचणी सांगत नाहीत; कारण त्या वयात आपण आपलं सगळं निस्तरू असं वाटत असतं. 'आपण आता लहान नाही, त्यामुळे आई-बाबांना काय सांगायचं; शिवाय, ते शाळेत गेले तर...' असेही अनेक विचार मुलांच्या मनात असतात. अशा वेळी मुलांच्या वर्तनातले बदल, गप्पांमध्ये येणारे विषय यांचा उपयोग मुलांच्या मनात काय सुरू आहे हे ओळखण्यासाठी होऊ शकतो. आभासी आणि प्रत्यक्ष जगातही काहीही समस्या आली, त्रास झाला तरी आम्ही 'जजमेंटल' न होता तुझ्याबरोबर आहोत, हे मुलांना माहीत असायला हवं.

थोडक्यात महत्त्वाचे

- 3-C संवाद चौकट : Content–Context–Child काय पाहतोय, कोणासोबत/कधी, आणि मुलाच्या वयानुरूप आणि स्वभावानुसार किती हे विचारात घ्या. निर्णय 'सहमतीने' घ्या, आदेशांनी नाही.
- PAR पद्धत (Pause–Ask–Relate) : भावना शब्दात मांडा, fact-check करा.
- विश्वास + नियम मॉडेल : दोष देऊ नका. ऐका. आठवड्यातून एकदा सगळ्यांचा स्क्रीन टाइम तपासा.

▲▲▲

मुलांची डेटा प्रायव्हसी

मुलांच्या माहितीची सुरक्षितता त्यांच्याच हातात असायला हवी आणि त्यासाठी त्यांना सक्षम माध्यम वापरकर्ते म्हणून तयार केलं पाहिजे.

मुलांच्या सायबर सुरक्षेमध्ये त्यांच्या वैयक्तिक माहितीची सुरक्षितता हा मुद्दा खूप महत्त्वाचा आहे. कारण मुलं दीर्घ काळासाठी इंटरनेटच्या जगाचे वापरकर्ते आणि ग्राहक असणार आहेत. एआयपासून भविष्यात येणाऱ्या अतिप्रगत तंत्रज्ञानाचा वापर ते करणार आहेत. अशा वेळी 'स्वतःच्या खासगी माहितीची सुरक्षितता' हा मुद्दा मुलांसाठी अतिशय महत्त्वाचा आहे, तसाच तो मोठ्यांच्या जगानेही समजून घेतला पाहिजे.

त्याआधी डिजिटल फूटप्रिंट म्हणजे काय?

डिजिटल फूटप्रिंट्स म्हणजे ऑनलाइन जगातला आपला वावर. आपण ऑनलाइन जगात जे काही सर्च करतो; सोशल मीडियावर जे अपलोड करतो; जे काही डाउनलोड करतो; जे वाचतो, बघतो, ऐकतो, लिहितो; ते सगळं मिळून आपलं डिजिटल प्रोफाइल तयार होतं, जे सतत अपडेट होत असतं... अगदी २४ × ७!

आपण आपल्या मुलांचे फोटो, व्हिडिओ किंवा त्यांच्याविषयीचा तपशील ऑनलाइन शेअर करत असतो तेव्हा आपण त्यांचं डिजिटल प्रोफाइल तयार करत असतो, हे समजून घेतलं पाहिजे. आपलं मूल आज जरी ऑनलाइन जगात स्वतंत्रपणे वावरत नसलं तरी ते उद्या या जगात येणार आहे, आणि त्यानंतर आपण

तयार केलेले डिजिटल फूटप्रिंट्स त्याला/तिला आवडतील का? त्यांच्याविषयी जो तपशील आपण प्रेमापोटी, कौतुकाने लिहिलेला असतो, तो त्यांना डिजिटल स्पेसमध्ये असलेला चालेल का? आवडेल का? आपले फोटो आपण पोस्ट करण्याआधीच डिजिटल स्पेसमध्ये आहेत, जे आपण निवडलेले नाहीत, याविषयी त्यांचं काय म्हणणं असू शकतं? या सगळ्यांचा विचारही व्हायला हवा.

मुळात मुलांची परवानगी न घेता त्यांचे डिजिटल फूटप्रिंट्स तयार करणं बरोबर नाही. आता असाही विचार करून बघा... एखाद्या मुलाला / मुलीला डिजिटल स्पेसमध्ये यायचंच नाहीये, असा निर्णय त्याने मोठं झाल्यावर घेतला तर, स्वतःला डिजिटल स्पेसपासून लांब ठेवण्याचा ऑप्शन त्याच्याकडे राहील का? कारण त्याला नको असलं तरीही आपल्यामुळे त्याचं डिजिटल प्रोफाइल तिथे तयार झालेलंच आहे. हे टाळता येऊ शकतं.

'शेरेंटिंग'मुळे मुलांचं भवितव्य धोक्यात

आपलं डिजिटल प्रोफाइल, आपण ऑनलाइन जगात स्वतःहून येण्याआधीच तयार आहे ही गोष्ट मुलं मोठी झाल्यावर कशी घेतील, हे आपण सांगू शकत नाही. त्यामुळे मुलांचं डिजिटल प्रोफाइल तयार करण्याच्या भानगडीत पालकांनी पडू नये. थोडक्यात, मुलांविषयी त्यांची परवानगी न घेता काहीही शेअर करू नये. अनेक पालकांना कदाचित हा विचार पचायला जरा जड जाईल. पण 'शेरेंटिंग'मुळे पालक मुलांचं भवितव्यही धोक्यात आणू शकतात, हे लक्षात घेतलं पाहिजे.

मला अनेक पालक असंही म्हणतात की, 'आमची मुलं डिजिटल स्पेसमध्ये येतील तेव्हा आम्ही त्यांच्या संदर्भातल्या सगळ्या पोस्ट डिलीट करून टाकू.' पण, एक गोष्ट लक्षात घेतली पाहिजे, की या जगात एकदा जे अपलोड होतं ते कधीही डिलीट होत नाही! तुम्ही तुमच्या प्रोफाइलमधून ते डिलीट केलं तरी सर्व्हरवरून डिलीट होत नाही. 'एकदा ऑनलाइन... कायम ऑनलाइन' हे लक्षात ठेवलं पाहिजे. त्यामुळे 'नंतर डिलीट करू' याला तसा काहीच अर्थ नसतो. त्यामुळे मुलांविषयी डिजिटल जगामध्ये काहीही अपलोड करताना, पोस्ट करताना चार वेळा विचार झाला पाहिजे. आपण मुलांची परवानगी घेतली आहे का? हा प्रश्न प्रत्येकाने

स्वतःला विचारला पाहिजे. कारण, प्रत्येक जीव जन्मतः स्वतंत्र असतो. प्रत्येकाचं खासगी आयुष्य आहे. ते खासगीपण जपणं हा प्रत्येकाचा अधिकार आहे. आपण पालक म्हणूनही त्या अधिकाराचं उल्लंघन करू नये. आपल्या प्रेमाची, कौतुकाची उबळ आपल्याच मुलांच्या भल्यासाठी काही वेळा दाबलेली बरी!

'किती हुशार!', 'कित्ती गोड!', 'कित्ती गोंडस!' म्हणत मुलांचे फोटो आणि व्हिडिओ सोशल मीडियावर, व्हॉट्सअॅप डीपीमध्ये, स्टोरीवर, ग्रुप्समध्ये अनेक पालक, शिक्षक, आजी-आजोबा, नातेवाईक, ओळखीचे, आणि अगदी अनोळखी लोकंही सहज शेअर करत असतात. हे करत असताना आपण काहीही चुकीचं करतो आहोत, असं बहुतेकांना वाटत नाही. कारण, मुलांना समाज म्हणून आपण विविध स्तरांवर गृहीत धरलेलं आहे. या शेअरिंगमध्ये प्रेम असतं, जिव्हाळा असतो, कौतुक असतं, तसंच मिरवणं असतं, चमकोगिरीही असते. नाकारा कशाला!

पण हे करत असताना दोन गोष्टी आपण लक्षात घेतो का? एक म्हणजे, मुलांची परवानगी, आणि दुसरी म्हणजे, मुलांचे डिजिटल फूटप्रिंट्स.

मुलांचे फोटो कुणीही डाउनलोड, सेव्ह केलेले चालतील का?

- आमचीच लेकरं आहेत ती... त्यात काय एवढं!
- कौतुक आहे म्हणून शेअर करतोय... दुसरं काय कारण असणार!
- मुलांचे फोटो शेअर करताना त्यांना काय विचारायचं!
- आम्ही पालक म्हणून इतकंही करू शकत नाही का?

असे अनेक मुद्दे मनात आले असतील ना!

पालक म्हणून आपल्याला मुलांचं जे कौतुक असतं त्यापेक्षाही थोडा वेगळा विचार करू या. मुलं जरा कळत्या वयात आली की आपण त्यांना काय शिकवतो? अनोळखी व्यक्तीने खाऊ दिला तर घ्यायचा नाही... कुणालाही पापी घेऊ द्यायची नाही, अगदी नेहमीच्या ओळखीच्या लोकांनाही नाही... कुणीही मोठे सारखेसारखे मांडीवर घेत असतील तर बसायचं नाही... आणि बरंच काही!

मुलांना आपण कळत-नकळत चांगला आणि वाईट स्पर्श शिकवण्याचा प्रयत्न करत असतो... त्यांच्या सुरक्षिततेसाठी! तोच मुद्दा ऑनलाइन जगातही लागू होतो, हे मात्र आपल्या लक्षात येत नाही. इथे थेट कुणीच कुणाला स्पर्श करत नाही,

म्हणजे सगळं आलबेल असतं का? मुलं दुखावली जाऊ शकत नाहीत का? त्यांना त्रास होऊ शकत नाही का?

तर, होऊ शकतो. कारण आपण मुलांचे जे फोटो आणि व्हिडिओ अपलोड करून शेअर करतो ते कोण डाउनलोड करेल, कोण वापरेल, कोण सेव्ह करून ठेवेल हे आपल्याला माहीत नसतं. इंटरनेटच्या जगात अनेक पीडोफिलियाग्रस्त व्यक्ती फिरत असतात. पीडोफिलिया म्हणजे अशा प्रौढ व्यक्ती, ज्यांना लहान मुलांविषयी तीव्र लैंगिक आकर्षण आहे. अशी प्रौढ माणसं मुलांच्या फोटो आणि व्हिडिओच्या शोधात असू शकतात आणि ऑनलाइन जगात मुलांचे फोटो आणि व्हिडिओ जे सर्रास शेअर होतात, ते त्यांच्या हाताशी लागू शकतात. त्यानंतर त्यांचा काय आणि कसा वापर होईल हे अपलोड करणाऱ्या व्यक्तीच्या हातात नसतं. म्हणूनच, मुलांचे कुठले आणि किती फोटो या आभासी जगात असावेत, याचा निर्णय सजगपणे घेतला पाहिजे.

मुलांची परवानगी घेतली का?

प्रश्न जरा अडचणीचा वाटत असेल ना... आणि आवडलाही नसेल कदाचित! पण मुलांचे फोटो आणि व्हिडिओ शेअर करत असताना मुलांची परवानगी घेणं अतिशय आवश्यक आहे. कारण मुलांचे फोटो आणि व्हिडिओ हे मुलांचे डिजिटल फूटप्रिंट्स आहेत, आणि ते निर्माण करण्याचा अधिकार त्यांच्याव्यतिरिक्त आणखी कुणालाही नाही... अगदी पालकांनाही नाही! आपण तयार केलेली 'डिजिटल आठवण' मूल कसं घेईल याचा अंदाज आपण बांधू शकत नाही.

अनेकदा असंही म्हटलं जातं, मूल परवानगी देण्याच्या वयाचं नसेल तर... तर, फोटो-व्हिडिओ शेअर करू नका. मुलांच्या जगण्याचा 'रिॲलिटी शो' मुलांना नको असतो. ती गरज पालकांची, शिक्षकांची आणि मोठ्यांच्या जगाची असते. आपल्या मानसिक गरजांपोटी आपण मुलांची सुरक्षितता आणि मानसिक स्वास्थ्य धोक्यात आणायचे का, याचा विचार करणं गरजेचं आहे.

शिवाय, परवानगी हा एक महत्त्वाचा संस्कार असतो, जो मुलांपर्यंत या माध्यमातून सहज पोहोचवता येतो. कशाला 'हो' म्हणायचं आणि कशाला 'नाही' म्हणायचं, याचा विवेक विकसित होणं आवश्यक असतं. ज्याचा उपयोग मुलांना त्यांच्या व्यक्तिगत आणि व्यावसायिक आयुष्यात होऊ शकतो. परवानगी अथवा 'कन्सेंट' हा मुद्दा कधीही कुणीही हलक्यात घेऊ नये, आणि मुलांना गृहीत धरू नये.

मुळात आपण हे लक्षात घेतलं पाहिजे की, गेली दहाहून अधिक वर्षं माध्यमे, उत्पादन कंपन्या, जाहिरात कंपन्या मुलं ग्राहक डोळ्यांसमोर ठेवूनच गोष्टी तयार करत आहेत, विकत आहेत; मग ते सोशल मीडिया प्लॅटफॉर्म्स असूदेत, नाहीतर वॉशिंग मशीनची जाहिरात! कारण कुटुंबरचनेतही झपाट्याने बदल झालेले आहेत.

विभक्त कुटुंबरचनेत घरातल्या सगळ्या सदस्यांच्या मतांचा विचार करून वस्तू खरेदी करणं हा विचार रुजला आहे. आणि अर्थातच, त्यात मुलांच्या मतांना, विचारांना, आग्रहांना प्राधान्यही अनेकदा दिलं जातं. काय विकत घ्यायचं, काय वापरायचं याचे निर्णय आता फक्त मोठ्यांच्या जगापुरते मर्यादित नाहीत. त्यामुळे सगळ्याच बाजाराचा फोकस 'मुलं' आहेत.

इंटरनेटच्या जगाचाही मुलं तर प्रमुख ग्राहक आहे. त्यामुळे ते काय विचार करतात, काय शोधतात, त्यांना काय हवंय, काय अपेक्षित आहे, काय नकोय, कशाला ते पाठ फिरवतात, काय उचलून धरतात, या सगळ्याकडे कंपन्यांचं बारीक लक्ष असतं.

डिजिटल फूटप्रिंट्स म्हणजेच व्यक्तीचा खासगी डेटा. मुलांचा डेटा आपण कुणाच्या हवाली करतो आणि कशासाठी याचा विचार फार गरजेचा आहे. पालकांच्या सततच्या शेरेंटिंगमुळे मुलांचा मोठ्या प्रमाणावर डेटा आज सहज उपलब्ध आहे. त्यामुळे डिजिटल जगातील त्यांचं वर्तन आणि त्यांचे अग्रक्रम अधोरेखित करणं, त्यावर देखरेख ठेवणं, त्यात मुलांच्या वयानुसार काय बदल होत आहेत हे बघणं सहज शक्य आहे; ज्याचा वापर मुलांना भविष्यातील ग्राहक म्हणून त्यांना 'तयार' करण्यासाठी केला जातो किंवा होऊ शकतो.

जी मुलं आता पाच-दहा वर्षांची आहेत ती त्यांच्या टिनएजमध्ये येतील... तरुण होतील... नात्यात जातील... नोकरी-व्यवसाय सुरू करतील... लग्न करतील... लिव्ह इनमध्ये राहतील किंवा लग्नच करणार नाहीत... त्यांना मुलं

होतील... मध्यमवयीन होऊन म्हातारपणाकडे झुकतील! म्हणजेच, त्या दहा वर्षांच्या मुलांच्या पुढच्या किमान साठ वर्षांच्या आयुष्याचा आलेख, त्यातले त्यांचे निर्णय या सगळ्यांमध्ये डिजिटल जगाचा यापुढे हस्तक्षेप असणार आहे... कळत-नकळत!

हा हस्तक्षेप विविध स्तरीय आहे... असू शकेल. त्या मुलाचं (इथे मुलाचे या शब्दात मुलगा, मुलगी सगळे अपेक्षित आहेत.) डिजिटल जगावरचं अवलंबित्व, ते मूल विचार काय करतं, काय करू शकतं, त्याने काय विचार करावा, त्याने काय खरेदी करावी, त्याच्या आवडीनिवडी, निर्णय, त्याची स्वप्रतिमा, जगाकडे बघण्याचा दृष्टिकोन, या प्रत्येक गोष्टीवर डिजिटल जगाचा प्रभाव आणि हस्तक्षेप असणार आहे. त्यामुळे मुलांना या सगळ्याची जाणीव करून देणं, या डिजिटल जगाचा वापर करत असताना हा प्रभाव सीमित स्वरूपात राहील, डिजिटल जग आणि त्या जगाच्या आडून विविध कंपन्या आपल्यावर विपरीत प्रभाव टाकणार नाहीत याची खबरदारी कशी घ्यायची, हे शिकवावं लागेल.

माध्यम-शिक्षण म्हणजे फक्त तांत्रिक शिक्षण नसतं. एखादं ॲप, गॅझेट, समाज-माध्यम किंवा इतर कुठलाही डिजिटल प्लॅटफॉर्म वापरणं हे तांत्रिक शिक्षण आहे, ते आज मुलांना द्यायची गरज नाही. मुलांच्या हातात गॅझेट्स दिली की ते सराईतपणे वापरायला लागतात. त्यांना माध्यमभान देण्याची मात्र नितांत गरज आहे, त्या प्रशिक्षणाची गरज आहे; कारण ते वर्तमानाचे आणि भविष्याचे ग्राहक आहेत.

थोडक्यात महत्त्वाचे

- मुलांचा फोटो, शाळेचं नाव, वर्ग, जन्मतारीख, लोकेशन कुठेही शेअर करु नका. मुलांविषयीची सगळी माहिती जी आपण ऑनलाईन जगात टाकतो ती त्या मुलांचे digital footprint आहेत हे कायम लक्षात ठेवा.
- अॅप्समधली permissions कमीत कमी ठेवा (कॅमेरा/लोकेशन/कॉंटॅक्ट्स off by default), प्रायव्हसी सेटिंग्ज private, फोटो-टॅग/face recognition बंद, मजबूत पासवर्ड + 2FA वापरा, बॅकअप ईमेल/नंबर वेगळा ठेवा.

▲▲▲

माध्यम : विवेकाची ढाल!

मुलं टीप कागदासारखी असतात.
आई-बाबा, आजी-आजोबा जसे वागतील
त्यानुसार ते स्वतःचं वर्तन कसं असावं, याची मांडणी करत जातात.

तंत्रज्ञान झपाट्याने बदलते आहे. त्याच्या वेगाशी आणि रोज नव्याने येणाऱ्या फीचर्सशी सामावून घेणं आपल्यासाठी कठीणच आहे. पण तरीही, पालक आणि शिक्षक म्हणून किंवा लहान मुलांच्या सान्निध्यात असलेले मोठे म्हणून काही गोष्टी आपल्याला माहीत असणं अतिशय आवश्यक आहे.

वर्तमान हे एआय (AI), व्हर्चुअल रिॲलिटी आणि ऑगमेंटेड रिॲलिटीचे आहे. मेटाने जगप्रसिद्ध चश्मे बनवणारी कंपनी रेबॅनसोबत एक ऑगमेंटेन्ड रिॲलिटी तंत्रज्ञान वापरून चश्मा बनवला आहे. हा चश्मा तुमच्या व्हॉइस कमांड, हातवारे करत केलेल्या सूचना सगळ्याचं पालन करतो. तो लाइव्ह भाषांतर करू शकतो, होलोग्रामचं तंत्रज्ञान त्यात वापरलं गेलेलं आहे. हा चश्मा आपण तंत्रज्ञान काय पद्धतीने वापरतो याचं वर्तमान आणि भविष्य बदलणार आहे.

तीच गोष्ट चीनने आणलेल्या सुपरफास्ट इंटरनेटची! १.२ टेराबाईट डेटा या इंटरनेटच्या साहाय्याने एका सेकंदात ट्रान्सफर करता येतो. इलेक्ट्रॉनिक टॅटू तंत्रज्ञान, एलॉन मस्कचे न्यूरॉलिंक तंत्रज्ञान आणि अजून बरंच काही... हीच सगळी आधुनिक तंत्रज्ञानं घेऊन आपली मुलं वाढणार आहेत, जगणार आहेत. ही अत्याधुनिक आणि प्रचंड वेगवान तंत्रज्ञानं आपल्याला हवी आहेत का? हा प्रश्न आपल्याला कुणीही विचारणार नाहीये. आपण फक्त युजर्स आहोत. त्यामुळे हे

तंत्रज्ञान आपण वापरणारच आहोत. पण हे सगळंच माध्यम-विवेक ठेवून वापरलं नाही, तर आपल्याला त्याचे दुष्परिणाम भोगावे लागू शकतात.

आपली जबाबदारी काय?

बदलणाऱ्या तंत्रज्ञानाचे दुष्परिणाम आपल्या मुलांना भोगण्याची वेळ येऊ द्यायची नसेल तर त्यांना या बदलासाठी तयार करावं लागेल. म्हणजे काय करायचं आहे? तर, त्यांना तंत्रज्ञान आपण शिकवण्याची, त्याचं एक्सपोजर देण्याची गरज नाहीये. ते त्यांना मिळणारच आहे. त्यांना हे सगळं तंत्रज्ञान वापरायचं का, कशासाठी, कुठे, कधी आणि कसं याचा विवेक आणि भान देणं आवश्यक आहे. मग मुद्दा येतो –

आपण हे करणार कसं?

माझ्या एका शिबिरात एक आई म्हणाली होती, 'आम्ही मुलांना योग्य संस्कार शिकवतो आहोत.' संस्कार न शिकवता ते आपोआप, मुलांच्याही नकळत होत असतात. आई-बाबा, आजी-आजोबा किंवा मुलांच्या सान्निध्यातले प्रौढ म्हणून आपण कसे वागतो, त्याचं निरीक्षण करून मुलं स्वतःचं वर्तन ठरवतात. 'मोबाईल बाजूला ठेव!' अशा सूचनेनंतर आजी-आजोबा मोबाईलमध्ये काहीतरी बघणार असतील आणि 'रात्री उशिरापर्यंत मोबाईल का बघता?' म्हणत मुलांना टोकणारे आई-बाबा रात्री उशिरापर्यंत बिंजवॉच करणार असतील तर मुलं त्यांना जे हवं ते त्यांच्या सोयीने उचलणारच आहेत.

मुलं टीप कागदासारखी असतात. आई-बाबा, आजी-आजोबा जसे वागतील त्यातल्याच गोष्टी उचलून ते स्वतःच वर्तन कसं असावं, याची मांडणी करत

जातात. म्हणूनच, आपली जबाबदारी सगळ्यांत मोठी आहे. जन्म देऊन काम संपत नाही. मूल सज्ञान होईपर्यंत पालक म्हणून आपली जबाबदारी मोठीच आहे; आणि त्याविषयी जागरूक असण्याची आवश्यकता आहे.

पालक माध्यमांचा, तंत्रज्ञानाचा विवेकी वापर करत असतील तर मुलांना तेही दिसत असतं, जाणवत असतं. मग त्यांचीही माध्यमांकडे, तंत्रज्ञानाकडे बघण्याची नजर बदलते. ते त्यांच्याही नकळत अधिक सजग होण्याच्या शक्यता तयार होतात.

मुलांना माध्यमांचे आणि सायबर जगताचे फायदे-तोटे-धोके यांची जाणीव करून देणं ही पालक म्हणून आपली जबाबदारीच आहे. रस्त्यावरून चालताना, रस्ता क्रॉस करताना काय करायचं हे आपण मुलांना सांगतो; तसंच सायबरच्या जगताविषयीही आवश्यक ती माहिती पोहोचवली पाहिजे.

माध्यम-विवेक आणि माध्यमभान या दोन गोष्टींचीच ढाल फक्त आपल्या आणि आपल्या मुलांच्या हातात असणार आहे. बदलणाऱ्या तंत्रज्ञानाचा योग्य वापर करायचा असेल तर ही ढाल नीट वापरता यायला हवी.

या गोष्टींपासून सुरुवात करता येईल :

- दिवसातील एक जेवण मोबाईलविना एकत्र करण्याचा प्रयत्न करा.
- रात्री गप्पा मारा, म्हणजे फोन घेण्याची इच्छा कुणालाच होणार नाही.
- मुलांबरोबर स्वतःचे छंदही जोपासा. जगण्याच्या धबडग्यात ते मागे पडले असतील तर त्यांना प्राधान्य द्या.
- स्वतःसाठी किमान १५ मिनिटे काढा. एक पान वाचा. लिहा. चाला.
- मुलांच्या कामांमध्ये आणि स्वतःच्या कामांमध्ये शक्य आहे सहभाग घ्या. सगळ्या कुटुंबाचा स्क्रीन टाइम कमी व्हायला मदत मिळू शकते.

थोडक्यात महत्त्वाचे

- सूचना आणि उपदेश नको; कृती करा. मुलं मोठ्यांच्या सवयी कॉपी करतात हे नेहमी लक्षात ठेवा.
- कुटुंबाचे म्हणून डिजिटल नियम करा, दृश्य ठिकाणी लिहून ठेवा आणि पाळा. कुटुंबातल्या मोठ्यांनी पाळले की मुलांपर्यंत योग्य आणि थेट संदेश जातो.

स्क्रीनसमोर जेवणारी मुलं!

आई-बाबा, आजी-आजोबा,
आपल्या मुलांशी/नातवंडांशी 'कनेक्ट' होण्याची संधी
तुम्ही सोडून देत आहात का?

एकदा एका टीनएजर्सच्या वर्कशॉपमध्ये मुलांना विचारलं, 'रविवारी घरी काय जेवलात? पानात कुठले पदार्थ होते? त्यांचे रंग, चव इत्यादी गोष्टी सांगा.' अनेकांना हा तपशील सांगता आला नाही. काही जणांना आपण काय जेवलो तेच आठवत नव्हतं. काहींना अर्धवट आठवत होतं. काही मुलांना पानातल्या पदार्थांची नीटशी ओळख नव्हती. आई भाजी नेहमी करते; पण नाव माहीत नाही. तुरीची की मुगाची आमटी... नक्की सांगता येणार नाही. पोळी आणि भात हे दोनच पदार्थ मुलांना पक्के माहीत होते.

आपण काय जेवतो आहोत याविषयी काहीही माहीत नसणं, हे मला फार काळजी करणारं वाटलं! त्यासाठी मुलांना दोष देण्यात काहीच अर्थ नाही. कारण अगदी लहानपणापासून जेवताना समोर टीव्ही किंवा मोबाईल देण्याची सवय आई-बाबा-आजी-आजोबा किंवा घरातले इतर मोठे मुलांना लावतात. जागतिक आरोग्य संघटनेपासून भारतीय बालरोगतज्ज्ञांच्या संस्थेपर्यंत अनेकांनी ज्या 'स्क्रीन टाइम' गाईडलाईन्स जाहीर केल्या आहेत, त्यानुसार वयाच्या दुसऱ्या वर्षापर्यंत मुलांच्या डोळ्यांसमोर कुठलाही मोबाईल असण्याची गरज नाही. पण, आपल्याकडे चित्र बरोबर उलट आहे. मूल जन्माला आल्याबरोबर त्याच्या डोळ्यांसमोर स्क्रीन येतो. ते बसायला आणि रांगायला लागण्याआधी मोबाईल बघायला शिकतं.

चिऊकाऊच्या गोष्टी सांगण्यापेक्षा मोबाईलवर गाणी, बडबड गीतं लावून देऊन जेवायला घातलं की मुलं पटापट, कुठलीही कटकट न करता भरपूर जेवतात.

आपल्याकडे बऱ्याचदा मुलांचं जेवण हे मोठ्यांच्या मोजपट्टीतून होतं. म्हणजे अमुक इतक्या पोळ्या/भाकरी/भात खाल्ला म्हणजे मुलांनी व्यवस्थित जेवण केलं. पण मुलांचं गणित अनेकदा 'पोटाची भूक' इतकंच असतं. पोटाने सांगितलं, की 'भूक संपली आहे' की मुलं थांबतात. मोठ्यांसारखं भूक संपल्यावरही खात राहणं हा प्रकार मुलं क्वचितच करतात.

खरंतर स्क्रीनसमोर जेवणे या प्रकारलाही आता बराच काळ लोटला आहे. ही काही मोबाईल आल्यामुळे घडलेली गोष्ट नाही. गेल्या दोन-चार पिढ्या तरी स्क्रीनसमोर जेवत आहेत. साधारण १९७०नंतरच्या बहुतेक सगळ्या पिढ्या रेडिओ ऐकत, नाहीतर टीव्हीच्या स्क्रीनसमोर जेवत वाढलेल्या आहेत. जेवायचं असेल तर स्क्रीन लागतो, असला पाहिजे हे गणित फक्त मुलांच्या डोक्यात पक्कं आहे असं नाही; तर ते पालक आणि आजी-आजोबा यांच्याही डोक्यात पक्कं आहे.

आता गंमत अशी आहे की, मुलं लहान असतात तेव्हा आई-बाबा, आजी-आजोबा त्यांच्या सोयीसाठी मुलांना स्क्रीनसमोर बसवतात. पण, मुलं जशी टीनएजर होतात तेव्हा याच आई-बाबांच्या आणि आजी-आजोबांच्या अपेक्षा बदलायला लागतात. आता त्यांना वाटायला लागतं मुलांनी स्क्रीन वापरू नये, आणि याचं कारण फक्त शाळेतले मार्क किंवा वर्तणुकीतले ठळक बदल असतात. स्क्रीनच्या अतिवापरामुळे आपल्या मुलाला/मुलीला परीक्षेत कमी मार्क मिळाले तर.... बाकी स्क्रीनचे जे काही इतर परिणाम असतात त्याविषयी पालकांनी अनेकदा साधा विचारही केलेला नसतो.

अशा वेळी मग 'जेवताना फोन बाजूला ठेवा!' असं म्हटलं की मुलांना राग येतो, आवडत नाही; कारण आजवरच्या त्यांच्या जगात आई-बाबांनीच त्यांना सतत स्क्रीनसमोर बसवलेलं असतं; आणि आता ते तो काढून घेत आहेत म्हटल्यावर मुलं चिडतात... रागावतात... बिथरतात! आज अनेक घरांतून मोबाईलचा स्क्रीन हा आई-बाबा आणि टीनएजर मुलं/मुली यांच्यातल्या भांडणातला एक महत्त्वाचा मुद्दा असतो. कुठल्याही हॉटेलमध्ये जा... एक चित्र हमखास दिसतं... आई-बाबा त्यांच्या-त्यांच्या फोनमध्ये डोकं घालून बसलेले असतात आणि मुलांच्या हातांत त्यांचे टॅब्ज आणि मोबाईल असतात किंवा आई-बाबा गप्पा मारत असतात आणि

मुलं एकेकटी आई-बाबांचे फोन घेऊन त्यात गेम्स खेळत असतात. हॉटेलमध्ये, लग्नकार्यात, पर्यटनाला गेल्यानंतर, जेवताना मुलांनी दंगा करू नये आणि त्यांनी एकाच जागी बसून राहावं; यासाठी टीव्ही, मोबाईल, टॅब्ज यांचा सर्रास वापर अनेक पालक करतात. 'आता यात गैर काय आहे?' असं काही लोकांना वाटेलही!

अडचण एकच आहे...

या सगळ्यांत मुलांचा अन्नाशी संबंधच येत नाही, कनेक्ट तुटतो आहे. पदार्थांचे रंग, वास, चव याच्या नोंदी मेंदू घेतो का? ज्या भांड्यांमध्ये अन्न तयार होतं, ज्या भांड्यांमधून वाढलं जातं त्याच्याशी तरी ओळख उरते का? त्यांची नावं मुलांना माहीत असतात का? त्या भांड्यांची जुनी आणि नवीन नावं, अन्न आणि भांड्यांचा प्रत्येक घराच्या इतिहासाशी, संस्कृतीशी, वृत्तीशी जवळचा संबंध असतो, तो संबंध क्षीण होत जाणं ही मोठी अडचणीची गोष्ट आहे.

सततच्या मोबाईलच्या वापराचे शारीरिक, मानसिक आणि बौद्धिक परिणाम आहेतच; पण त्याचबरोबर 'भवताल भान' नाहीसं होणं हा एक मोठा धोका आहे, जो लक्षात घेतला पाहिजे. अन्नाशी संपर्क तुटणं ही काही फारशी चांगली गोष्ट नाही; कुणाचसाठी... मुलांसाठी तर नाहीच नाही!

मुलं जेवत असताना त्यांच्याशी बोलणं; केलेल्या भाजीविषयी त्यांना माहिती देणं; गप्पा मारणं; अन्नाविषयी त्यांच्या मनातल्या प्रश्नांना उत्तरं देणं; त्यांना

एखादी भाजी आवडत नसेल, तर ती का आवडत नाही हे जाणून घेणं; त्यांनी ती का खाल्ली पाहिजे हे समजावून सांगणं; या सगळ्या गोष्टी झाल्या पाहिजेत.

शाळेत विज्ञानाच्या तासाला कुठल्या भाजीत काय असतं हे मुलांना जरूर शिकवलं जातं. त्याचा प्रत्यक्ष अनुभव सकाळ-संध्याकाळ देण्याची उत्तम संधी पालकांच्या हातात असते. पण... स्मार्ट फोनमध्ये अडकलेले पालक त्यांच्या मुलांना ही माहिती थेट पुरवण्याच्या अशा अनेक संधी सोडून देतात.

एकत्र जेवताना होणाऱ्या गप्पा मनावरचा ताण नाहीसा करतात; टीनएजर मुलांशी कनेक्ट होणं सोपं जाऊ शकतं; त्यांच्या जगात नक्की काय सुरू आहे हे माहीत होऊ शकतं. मुलामुलींची अन्नाशी, स्वयंपाकघराशी आणि पर्यायाने जगण्याशी दोस्ती होणं आवश्यक आहे, तेव्हाच ऑफलाइन जगातील गंमत त्यांना समजेल.

थोडक्यात महत्त्वाचे

- सजगपणे जेवण्याची सवय रुजवण्यासाठी जेवताना कुठलाही स्क्रीन समोर नको. स्क्रीनमुळे भूक लागल्याचे आणि पोट भरल्याचे संकेत चुकतात.
- जेवताना ३ पायऱ्यांचा नियम वापरा: सावकाश जेवण करा. अन्नाचा सुगंध/ रंग / टेक्श्चर पाहा, स्पर्श अनुभवा हळू चावून चावून खा.
- जेवलास / घास घेतलास तर कार्टून दाखवेन, अशी 'रिवॉर्ड' पद्धत बंद करा. मुलांना पाटपाणी घेणे, जेवणा आधी हात धुणे, जेवणाचे ताट वाढणे, सजवणे अशा छोट्या जबाबदाऱ्या द्या. जेवणाच्या प्रक्रियेत त्यांना सहभागी करून घ्या.

▲▲▲

ऑनलाइन शाळेमुळे काय झालं?

एका विंडोमध्ये शाळा सुरू असताना बाकीच्या विंडोजमध्ये सोशल मीडियापासून पोर्नपर्यंत अनेक गोष्टींची भटकंती मुलांनी केली.

''ऑनलाइन कनेक्शन्स माणसामाणसांतील संवादाला पर्याय असता कामा नयेत.'' – युनेस्कोच्या डायरेक्टर जनरल ऑडरी अझाऊले यांचं हे वक्तव्य आजच्या काळासाठी अतिशय महत्त्वाचं आहे. युनेस्कोचा ग्लोबल एज्युकेशन मॉनिटरिंग अहवाल प्रसिद्ध झाल्यावर त्यातल्या तंत्रज्ञानाचा शिक्षणातील उपयोग या संदर्भातील विश्लेषणात त्यांनी हा मुद्दा मांडला आहे; त्याचबरोबर युनेस्कोने सर्वच देशांना शाळेमध्ये मोबाईल बंदी आणावी, असेही सुचवले आहे. हा प्रस्ताव योग्य असून विद्यार्थ्यांच्या सर्वांगीण विकासासाठी अत्यावश्यक आहे. युनेस्कोच्या या रिपोर्टमध्ये शैक्षणिक धोरण आखणाऱ्यांसाठी तंत्रज्ञानाला धरून चार मूलभूत प्रश्न विचारले गेले आहेत :

- तंत्रज्ञान वापरणं योग्य आहे का?
- सगळ्यांना समान संधी मिळते का? किंवा ते न्याय्य आहे का?
- मोजमाप करता येते का?
- टिकाऊ आहे का?

हे प्रश्न उपस्थित करत असतानाच डिजिटल शिक्षणाची गरज आणि महत्त्वही या अहवालात नोंदवण्यात आलं आहे.

कोरोना काळात शाळा ऑनलाइन झाल्या, तेव्हा ती काळाची गरज होती तरी त्याचे प्रचंड दुष्परिणाम आता दिसू लागले आहेत. ज्या मुलांच्या हातात फोन नव्हते, त्यांच्या हातात फोन आले; आणि ऑनलाइन शाळेत हजेरी लावून मुलांनी त्यांच्या हातातल्या गॅझेटच्या माध्यमातून ऑनलाइन जगात भटकायला सुरुवात केली. त्यामुळे एका विंडोमध्ये शाळा सुरू असताना बाकीच्या विंडोजमध्ये सोशल मीडियापासून पोर्नपर्यंत अनेक गोष्टींची भटकंती मुलांनी केली.

एका टीनएजर्सच्या कार्यशाळेत 'कोरोनाआधी आणि कोरोनानंतर' याची चर्चा करत असताना आधी पोर्न बघितलेलं नव्हतं, ऑनलाइन गेल्यानंतर बघायला सुरुवात झाली असं मुलग्यांनी सांगितलं होतं. ऑनलाइन शाळा सुरू झाल्यावर ॲडल्ट कन्टेन्ट सहज उपलब्ध असल्याने बघावा वाटणं यात गैर काहीच नाहीये. अडचण ही आहे की, त्याविषयी मुलांशी त्या काळात कुणीच काहीच बोललं नाही की कसलाही संवाद साधला गेला नाही!

'ऑनलाइन जगाशिवाय जगणं अशक्य आहे!' अशी काहीतरी धारणा आज मुलांची आणि तरुण-तरुणींची बनलेली आहे. ऑनलाइन जगाचा सुयोग्य आणि आवश्यक तेवढाच वापर हा मुद्दा मागे पडून त्यांचं व्यसन लागण्याकडे मुलं झपाट्याने सरकताना दिसतात.

मोबाईल किती विविध स्तरीय अडथळे मुलांच्या एकूण विकासात आणतो आहे, हे आम्ही कामाच्या निमित्ताने रोज बघत असतो : एकाग्रता कमी होणं, लक्ष केंद्रित करता न येणं, बैठक मोडणं, लहान वयात ऑनलाइन डेटिंगची सुरुवात होणं, अनोळखी माणसांकडून होणारं शोषण, पोर्न आणि गेमिंगचं व्यसन, सायबर बुलिंग, स्वतःचे विचार मांडता न येणं, त्यासाठी पुरेसा वेळ न घेता कॉपी-पेस्ट-एडिटची सवय लागणं; आणि सगळ्यांत मोठी अडचण म्हणजे, सतत ऑनलाइन जगाच्याच विचाराने मन व्यापलेलं असणं, कान आणि डोळे सतत मोबाईलमध्ये अडकलेले असणं!

परदेशात घडलेली एक घटना आवर्जून सांगावीशी वाटते. शाळेच्या बसमधून मुलं परतत असतात. अचानक वाहनचालकाची तब्येत बिघडते. त्याचा गाडीवरचा ताबा जातो, हे एका मुलाच्या लक्षात येतं. तो चालकाच्या मदतीला धावतो आणि मोठा अपघात टळतो. त्यानंतर चौकशी सुरू होते... आणि चालकाची तब्येत बिघडली आहे हे बसमधल्या चाळीस मुलांपैकी एकाच्याच लक्षात का आलं,

बाकींच्या मुलांना का जाणवलं नाही याची चौकशी झाली, तेव्हा या एकाच मुलाकडे मोबाईल नव्हता हे लक्षात आलं. बाकी सगळ्या मुलांचे कान, डोळे, चित्त आणि भवतालचं भान मोबाईलने व्यापून टाकलेलं होतं. त्यामुळे चालकाला काहीतरी होतंय हेच इतर मुलांच्या लक्षात आलं नाही.

महाराष्ट्रात काही शाळांनी आता शाळेमध्ये मोबाईल बंदीला सुरुवात केली आहे. पण, अजूनही शाळेत मोबाईल आणायचा नाही, हा मुद्दा सरसकट सगळीकडे राबवला जात नाही. पालकांचं म्हणून त्याविषयी काही म्हणणं असतं. शाळेनंतर मुलांचे अनेकदा विविध क्लासेस असतात, तिथे मुलं वेळेवर पोहोचली ना, ती सुरक्षित आहेत ना, यावर लक्ष ठेवण्याच्या दृष्टीने मुलांकडे मोबाईल असणं पालकांना गरजेचं वाटतं. आधुनिक काळातल्या 'ड्रोन पेरेंटिंग'चाच तो एक भाग आहे. त्यामुळे मुलांकडे फोन असायला हवा याबाबत पालक आग्रही किंवा काही वेळा हट्टीही असतात.

पण, या सगळ्यांत मुलांच्या सर्वांगीण विकासावर मोबाईल आणि ऑनलाइन जगाचा किती प्रचंड परिणाम होतो आहे, याचा विचार आपण करतो का? मुलाच्या प्रत्यक्ष आणि शारीरिक सुरक्षिततेचा विचार करताना त्यांच्या ऑनलाइन जगातील सुरक्षिततेचा आणि मानसिक-भावनिक सुरक्षिततेचा विचार होतो का?

मुलं फोन घेऊन शाळेत येतात तेव्हा तो शाळेच्या वेळेत अजिबात वापरला जात नाही, असं कधीही होत नाही. मुलं अनेकदा फोन सायलेंटवर ठेवून शाळेच्या वेळात वापरत असतात. त्यात गेमिंग करणं, चॅटिंग करणं, ऑफ पीरियड्स किंवा मधल्या सुट्टीच्या काळात पोर्न क्लिप्स बघणं, वर्गातल्या इतर लहान मुलांना दाखवणं, एकमेकांचे फोटो काढणं, क्वचितप्रसंगी बाथरूममध्ये फोटो काढणं, मिम्स बनवणं, असले अनेक प्रकार करतात. कारण त्यांना हे सगळं निरनिराळ्या ॲप्समुळे अतिशय सहजपणे करता येतं आणि गमतीशीर वाटतं. त्यांच्यासाठी ऑफलाइन जगापेक्षा ऑनलाइन जग अधिक रंगीन बनलेलं आहे. ते जग खऱ्या जगापेक्षा खूप जास्त हॅपनिंग आहे, अशी त्यांची समजूत आहे!

या सगळ्यांतलं गांभीर्य मुलांच्या लक्षात येत नाही; कारण ते डिजिटल माध्यम शिक्षित नसतात. पालकांच्याही लक्षात येत नाही किंवा आलं तरी त्याकडे दुर्लक्ष केलं जातं; कारण अनेकदा त्यांचा सगळा कल मुलांच्या प्रत्यक्ष सुरक्षिततेवर असतो आणि त्यासाठी मुलांकडे शाळेत जातानाही मोबाईल हवाच, यावर ते ठाम असतात.

कोरोना काळातल्या ऑनलाइन शिक्षणाचा सगळ्यांत मोठा दुष्परिणाम म्हणजे, 'शाळकरी मुलांना मोबाईलची गरज नसते' हा विचारच पुसला गेला. अनेक शाळांनी त्या वेळच्या गरजेपोटी सुरू केलेल्या गोष्टी आजही तशाच सुरू ठेवलेल्या आहेत. उदाहरणार्थ, व्हॉट्सॲपवरून अभ्यास आणि सूचना पाठवत राहणे. सूचना पाठवण्यासाठी ग्रुप असणं वेगळं आणि त्यावरून अभ्यास पाठवणं वेगळं! मुलंही एकमेकांना अभ्यास, गृहपाठ या सगळ्या गोष्टी व्हॉट्सॲपवरून पाठवत असतात. यासाठी पालकांचे मोबाईल वापरता येऊ शकतात. त्यासाठी मुलांकडे स्वतःचं गॅझेट असण्याची गरज नसते. पण, ऑनलाइन शाळेच्या दोन वर्षांत मुलांकडे स्वतःची गॅझेट्स असली पाहिजेत, हा विचार कुठेतरी इतका पक्का रुजला आहे, की आता परतीचे दोरच जणू कापले गेले आहेत!

मुळात आपण हे मान्य केलं पाहिजे की, शाळकरी मुलांना मोबाईलची गरज नसते. मोबाईलमुळे त्यांच्या जगण्यात कशाचीही भर पडत नाही, ना कुठली कौशल्ये विकसित होतात. उलट, त्याचे तोटेच जास्त आहेत. वयाच्या पंधराव्या-सोळाव्या वर्षी स्वतःचा मोबाईल मिळाल्याने आजच्या टेक सॅव्ही जगात ती कुठेही मागे पडणार नाहीत.

आपलं भविष्य हे हायब्रीड जीवनशैलीवरच आधारित असणार आहे हे सत्य असलं, तरीही मुलांना 'फोनसहित आणि फोनशिवाय कसं आनंदाने जगायचं' हे शिकवावं लागणार आहे. तो त्यांच्या डिजिटल विवेकाचा भाग बनवणं गरजेचं आहे.

आपण मोठ्यांच्या जगाने मोबाईलआधीचं जगणं अनुभवलेलं आहे, ते आपल्या मुलांनी अनुभवलेलंच नाही. प्रत्यक्ष संवादाची मजा चॅटिंगमध्ये येऊ शकत नाही. अभ्यासातील एखादी समस्या व्हॉट्सॲपवर विचारून सोडवणं आणि प्रत्यक्ष शिक्षकांना भेटून समजून घेणं यातला फरक मुलांना दाखवणं आज आवश्यक आहे. ऑफलाइन जगही तेवढंच रम्य, रंगीत आणि हॅपनिंग आहे, याचा अनुभव मुलांना मिळणं गरजेचं आहे. प्रत्यक्ष डेटिंगपेक्षा ऑनलाइन डेटिंग सोपं असतं, त्यामुळे अगदी लहान वयातील मुलंही ऑनलाइन जगात एकाच वेळी अनेकांना डेट करत असतात, डेट हॉपिंग करत असतात.

मोबाईल न घेता शाळेत जाणं आणि शाळेतून परत घरी सुरक्षित येणं हा मुलांसाठी जीवनकौशल्याचा भाग आहे, हे आपण विसरता कामा नये. तो अनुभव त्यांनी घेणं, त्यातून शिकणं या गोष्टी त्यांच्या वाढीसाठी महत्त्वाच्या असतात. 'वर्गात सांगितलेला अभ्यास नंतर व्हॉट्सॲपवर येणार असल्याने लक्ष कशाला द्या...' या मानसिकतेतून विद्यार्थ्यांना बाहेर काढावं लागणार आहे. हातातल्या सततच्या मोबाईलमुळे ही जीवनकौशल्ये विकसित करण्याची संधीच आपण मुलांकडून काढून तर घेत नाहीये ना! तसं होऊ नये यासाठी पालक, शिक्षक, शाळा या सगळ्यांनी एकत्रितपणे काम करण्याची गरज आहे.

थोडक्यात महत्त्वाचे

- आज काय पाहिलं? काय समजलं? कुठे अडलो? कुठे खिळून राहिलो? उद्याला त्यात काय बदल केला पाहिजे? याविषयी मुलांशी, विद्यार्थ्यांशी बोला.
- शाळेत फोन जमा करण्याची पद्धत रुजवली पाहिजे. म्हणजे चोरुन, छुपेपणाने मोबाईल किंवा कॅमेराचा वापर होणार नाही.

▲▲▲

मुलांचा स्क्रीन टाइम पालकांमुळे वाढतो आहे का?

मुलांसाठी मोबाईलचे नियम आणि पालक मात्र बेफाम!
असं चालेल का?

अगदी छोट्या मुलांनी चटचट जेवलं पाहिजे, मागे भुणभुण न करता एका जागी बसलं पाहिजे, आपल्या कामात लुडबुड करायला नको, सार्वजनिक ठिकाणी आपल्याला स्पेस मिळाली पाहिजे, गेट टुगेदरमध्ये इतरांशी बोलायला वेळ मिळाला पाहिजे; अशा अनेक कारणांसाठी पालक सहजपणे मुलांच्या हातात फोन देतात आणि हळूहळू मुलांना फोनची सवय लागते. दहा-बारा वर्षांखालची बहुतेक मुलं मोबाईल घेऊन काय करतात? तर, गेम्स खेळतात, यूट्यूब बघतात, रील्स आणि शॉर्ट्स स्क्रोल करत बसतात आणि त्यावरच्या वयोगटातली मुलं गेम्सबरोबर व्हॉट्सॲप, इन्स्टाग्राम, फेसबुक यांवर वावरायला लागतात.

जिथे पालकांनाच फोन वापरण्यासंदर्भात, स्क्रीन टाइमसंदर्भात कुठलेही नियम-बंधनं नको असतात, तिथे मुलांना ती का हवीशी वाटतील? आणि त्यांना नियम किंवा शिस्त लावणार कोण? मुलांपर्यंत काय पोहोचतं, कसं पोहोचतं यावर पालकांना वाटतं तितकं त्यांचं नियंत्रण आज नाही. शिवाय, स्मार्ट फोनच्या बाबतीत मुलं पालकांचंच अनुकरण करत असतात. आई-बाबा स्मार्ट फोन कसा वापरतात, हे बघून मुलं स्वतःच्या हातातला फोन वापरायला शिकतात. मोठे फोनचा वापर कसा करत आहेत याकडे मुलांचं बारीक लक्ष असतं – मग ते तास न् तास व्हॉट्सॲपवर चॅटिंग करणं असेल, नाहीतर बाथरूममध्ये फोन घेऊन जाणं

असेल! पालकांच्या इंटरनेटच्या आणि स्मार्ट फोन वापराच्या सवयी ज्या आणि जशा आहेत; त्यांचा प्रभाव मुलांवर पडतोच. त्यामुळे या सगळ्याला कसं सामोरं जायचं हा पालकांसमोरचा सगळ्यांत मोठा प्रश्न आहे. हा प्रश्न सोडवण्यासाठी पालकांनी पुढे दिलेल्या मुद्द्यांचा विचार करणं आवश्यक आहे :

- इंटरनेट, सोशल मीडिया आणि स्मार्ट फोन यांना पूर्णतः डिलीट करता येऊ शकत नाही, करायचं कारणही नाही; कारण या तंत्रज्ञानाचे अनेक फायदे आहेत. पण, आपण त्यांना शरण जाऊन, त्यांचे गुलाम व्हावं, असा याचा अर्थ नाही. मुलांच्या स्क्रीन टाइमची काळजी पालकांना वाटत असेल तर आधी त्यांनी स्वतःच्या स्क्रीन टाइमकडे लक्ष द्यायला हवं. त्यांच्या सवयी बदलल्या तर मुलांमध्ये बदल होणं सोपं जाऊ शकतं; निदान संवादाला योग्य पद्धतीने सुरुवात होऊ शकते.
- आपण एकदा पालक झालो की जगातले सगळे नियम फक्त आपल्या मुलांसाठी आहेत, आणि ते नियम राबवून आपण मुलांना योग्य वळण आणि शिस्त लावतो, असा आपला म्हणजे तमाम पालकांचा समज असतो. मोबाईलच्या बाबतीत मुलांसाठी एक नियम आणि पालकांसाठी वेगळे, असं होऊ शकत नाही.
- स्क्रीनच्या पलीकडे पालक अनेक गोष्टी करत आहेत – ज्यात फोन सहभागी नाहीये, हेही मुलांना दिसले पाहिजे. आज अनेकांच्या आयुष्यातून छंद वजा झालेले आहेत. छंदांची जागा मोबाईलने घेतली आहे. पालकांनाच त्यांच्या छंदासाठी वेळ नसेल तर मुलांमध्ये छंद कसे जोपासले जाणार! मानसिक आरोग्यासाठी छंद आवश्यक असतात, हे जाणून तरी छंद जोपासण्यावर भर दिला पाहिजे.
- हॉटेलमध्ये गेल्यावर आई-बाबा आणि मुलं आपापल्या फोनमध्ये डोकं खुपसून बसतात! असं कधीही करू नये. आपण बाहेर एकत्र जातो तो वेळ महत्त्वाचा असतो, हे मुलांपर्यंत तेव्हाच पोहोचेल जेव्हा आई-बाबा किंवा इतर मोठे फोन बाजूला ठेवून एकमेकांशी आणि मुलांशी गप्पा मारतील. ऑफलाइन गप्पा मारणंही तितकंच मजेशीर असतं, हे मुलांना दिसू द्या.
- खायचे आणि दाखवायचे दात वेगळे नकोत! पालक म्हणून आपण दुतोंडीच असतो, आपल्यात हिपॉक्रसी ठासून भरलेली असते. मुलांनी 'अमुकतमुक'

करायचं नाही आणि आपण मात्र तेच 'अमुकतमुक' मुलांसमोर करणार, हे नेहमीचंच आहे.

- आपण मोबाईल वापरतो तेव्हा तो फक्त कामासाठी असतो; आणि मुलं मोबाईल वापरतात तेव्हा ती टाइमपास करत असतात! हे एक 'असत्य' आपण पालकांनी स्वतःला सांगितलेलं आहे. स्वतःबरोबर मुलांनाही ते पटवून देण्याचा आपला आटोकाट प्रयत्न असतो... कारण पालक म्हणून ती आपली सोय असते. पण, मुलांना दाखवायचे दातही दिसतात आणि खायचे दातही माहीत असतात! जे आई-बाबा करतात ते आपण केलं, तर त्यात चूक काही असूच शकत नाही, असं त्यांना वाटलं आणि ते त्यांच्या वर्तनात दिसायला लागलं, तर दोष मुलांना कसा द्यायचा!
- अनेक पालकांना सकाळी उठल्या-उठल्या आधी मोबाईल बघायची सवय असते किंवा सतत दर पाच-दहा मिनिटांनी मोबाईल चेक करण्याची सवय असते. जरा रेंज मिळत नसेल, तर काही पालक अवस्थ होतात.
- काही पालक सतत सेल्फीज काढत इन्स्टावर अपलोड करत असतात. काही पालक तिथे मिळणाऱ्या लाइक्सना आणि कमेंट्सना बघून खूश होत असतात.

त्यांच्या या आनंदी होण्यात व्यत्यय आला, तर ते चिडतात. काही पालक ऑफिसमधून घरी आले की मुलांशी बोलण्याआधी फोनमध्ये डोकं घालतात. काही पालक मुलांना जेवू घालताना त्यांना टीव्ही लावून देतात आणि स्वतः व्हॉट्सअॅपमध्ये किंवा सोशल मीडियात डोकं घालून बसतात.

- काही पालक मुलांना झोपवताना एका हातानं थोपटतात, तर दुसऱ्या हातानं मेसेजेस चेक करत असतात.
- काही पालक संडासात फोन घेऊन जातात आणि तास न् तास तिथेच बसून राहतात.
- यादी अजूनही बरीच मोठी निघेल. हे सगळं मुलांसमोर सुरू असतं. मुलं ते बघत असतात. त्यांना जे-जे आणि जितकं समजतं, त्यानुसार मुलं त्या सवयी उचलत असतात. मुलांना यातलं काहीच समजत नाही, असा समज करून घेणं मूर्खपणाचं ठरेल! त्यामुळे मुलांच्या फोनची काळजी करण्याआधी मोठ्यांनी स्वतःच्या फोनची काळजी केलेली बरी!

थोडक्यात महत्त्वाचे

- मोठ्यांचा निरर्थक स्क्रोलिंग/टीव्ही बॅकग्राउंड यात बदल करा. मुलांपासून स्क्रीन दूर ठेवा. हा घरचा नियम असावा.
- कुटुंबाची स्क्रीन योजना ठरवा. कधी, कुठे, काय. Device-free जागा, सहवासात सह-पाहणे यावर भर द्या.
- स्क्रीन 'बेबीसीटिंग' नको.

▲▲▲

'पेरेंटल कंट्रोल' आणि संशयाचा किडा!

पेरेंटल कंट्रोल हवाच; पण मुलांना माध्यम शिक्षित करणं आवश्यक

पालक मुलांना फोन देतात आणि त्यानंतर बहुतेक पालकांच्या मनातला संशयाचा किडा वळवळ करायला लागतो. आपलं पोर ऑनलाइन जगात जाऊन नक्की काय करत आहे, त्याचा वापर नेमका काय आहे, हे सगळे तपशील पालकांना हवे असतात. मुळात मुलांना अगदी लहान वयात मोबाईल देताच कामा नये! पण, पालक देतात आणि मग मुलांच्या मोबाईलची हेरगिरी करत बसतात. अनेकदा मुलांना ते आवडत नाही. ते स्वतःचे पासवर्ड पालकांना सांगत नाहीत. संवाद हा संशयातून तयार झालेला असेल, तर मुलं ऑनलाइन जगात ते काय करत आहेत, त्याचा पत्ताही पालकांना लागू देत नाहीत. त्यामुळे संशयाची नजर न ठेवता मुलांशी संवाद ठेवला, तर त्या जगात काय सुरू आहे हे पालकांनी विचारलं नाही तर मुलं येऊन सांगतात.

मला अनेक पालक हा प्रश्न विचारतात, की मुलांना मोबाईल देताना आम्ही पेरेंटल कंट्रोल लावून दिले तर.... एकच सांगते, पेरेंटल कंट्रोलला चकवायचं कसं, हेही मुलांना व्यवस्थित माहीत असतं. त्यामुळे मोबाईल तर द्यायचा, संशय ठेवायचा, आणि पेरेंटल कंट्रोल लावायचे; हे

अगदीच भीषण गणित आहे! त्यापेक्षा योग्य वय होईतो स्वतःचा फोन न देणं; आणि दिला की त्याविषयी बोलत राहणं हा अधिक शाश्वत पर्याय आहे.

पालकांच्या किंवा मोठ्यांच्या फोनमधूनच अनेकदा मुलं ज्या कन्टेन्टचा ग्राहकच नाहीयेत, तोही कन्टेन्ट ते बघायला, वाचायला, ऐकायला लागतात. मोठे बघतात तो सगळा कन्टेन्ट मुलांनी बघण्या-वाचण्यालायक असतोच असं नाही. पण, मोठ्यांचे फोन लहान मुलांच्या हातात जातात, तेव्हा लहानांसाठी नसलेलं मोठ्यांचं जग अचानक त्यांच्या पुढ्यात येऊन पडतं... आणि ज्या कन्टेन्टचा ते ग्राहकच नाहीयेत, तोही कन्टेन्ट ते बघायला, वाचायला, ऐकायला लागतात!

Parental Controls (पालक नियंत्रण) म्हणजे काय?

Parental Controls म्हणजे, मोबाईल, संगणक, टॅबलेट, टीव्ही, गेमिंग डिव्हाइसेस आणि इंटरनेटवर मुलांचा वापर मर्यादित ठेवण्यासाठी पालकांना उपलब्ध असलेली सुरक्षितता यंत्रणा.

Parental Controls चा उपयोग काय?

या नियंत्रणांद्वारे पालक

- कोणती वेबसाइट्स, ॲप्स किंवा गेम्स वापरायचे आहेत, ते ठरवू शकतात.
- स्क्रीन टाइम मर्यादा लावू शकतात.
- मुलांनी पाहू नयेत अशा गोष्टींपासून (प्रौढ मजकूर, हिंसा, जुगार) मुलांना लांब ठेवू शकतात.
- मुलांच्या ऑनलाइन वावरावर लक्ष ठेवू शकतात.
- मुलांनी चुकीच्या साइट्सवर किंवा ॲप्सवर वैयक्तिक माहिती शेअर करू नये यासाठी मदत

Parental Controls कसे वापरायचे?

मोबाईल (Android व iPhone)

Android मध्ये :

- Google Family Link App डाउनलोड करा (पालक आणि मुलांच्या दोन्ही डिव्हाइसवर).

- यामुळे तुम्ही
  - Appsला परवानगी देऊ शकता किंवा नाकारू शकता.
  - Screen time सेट करू शकता.
  - रात्री डिव्हाइस लॉक करू शकता.
  - Web filters वापरू शकता.

iPhone / iPad मध्ये :

- Settings > Screen Time > Content & Privacy Restrictions मध्ये जा.
- तुम्ही

  - App limits लावू शकता.
  - Websites ब्लॉक करू शकता.
  - Communication limits ठरवू शकता.

YouTube वर :

- YouTube Kids App वापरा (विशेषतः लहान मुलांसाठी).
- YouTube वर Restricted Mode ऑन करा :
  - Settings > General > Restricted Mode → 'On'

Wi-Fi Router मध्ये नियंत्रण :

- बऱ्याच Wi-Fi routersमध्ये parental controls असतात.
- तुम्ही वेबसाइट ब्लॉक करू शकता, वेळ ठरवू शकता, आणि डिव्हाइसप्रमाणे मर्यादा ठरवू शकता.

Browser मध्ये (Chrome, Firefox)

- Extensions किंवा SafeSearch वापरा.
- Google SafeSearch

Gaming Consoles (PlayStation, Xbox)

- प्रत्येक गेमिंग डिव्हाइसमध्ये parental controls असतात.
- उदाहरणार्थ, PlayStationमध्ये
    - Settings > Parental Controls / Family Management > Family Management
    - Games, Chat, Downloads, Purchases यांवर मर्यादा

Xbox : पास कीसाठी

- Setting Account Sign-in, Security & Passkey वापरा, Xbox Family (ॲप/सेटिंग्ज) वापर करून स्क्रीन टाइम व कंटेंटचे नियोजन करता येते.

लहान मुलांच्या डिजिटल वापरावर नियंत्रण ठेवण्यासाठी पेरेंटल कंट्रोल्स वापरणं ठीक आहे. पण, मुळात मुलांना माध्यम शिक्षित करणं अधिक आवश्यक आहे. कारण माध्यम शिक्षण दीर्घ काळ उपयोगी पडतं. मुलांच्या वापरावर आज पेरेंटल कंट्रोल्स वापरून नियंत्रण ठेवाल; पण उद्याचं काय? जेव्हा मुलं पंधरा-सोळा वर्षांची होतील, अठरा वर्षं पूर्ण होतील तेव्हा काय? जर ते माध्यम शिक्षित असतील तर डिजिटल जगाचा योग्य वापर कसा करायचा, याचा विचार ते करू

शकतील. त्यामुळे पेरेंटल कंट्रोल्स ही सोय असली, तरी ते कायमस्वरूपी उत्तर नाही, हे लक्षात घेतलं पाहिजे.

डिजिटल पालकत्व सोपं नाहीये. आपल्या हातांतलं तंत्रज्ञान हा आपला शत्रू नाहीये, आपलं त्याच्याशी भांडण नाहीये; पण त्याचबरोबर आपल्या मुलांना आणि आपल्यालाही इंटरनेट/सोशल मीडिया/गेमिंग यांचं व्यसन लागू नये, त्यांचं डिजिटल वर्तन चांगलं असलं पाहिजे असं वाटत असेल, तर आपलं ऑफलाइन जगणं इंटरेस्टिंग कसं होईल हे बघायला हवं. मुलांनी स्मार्ट फोनमध्ये अडकू नये असं वाटत असेल, तर मुलांना आपल्याशी सहज कनेक्ट कसं होता येईल हे पालकांनी बघायला हवं... म्हणजेच, मुलांशी बोलायला हवं. हा संवाद म्हणजे मुलांचं बौद्धिक घेणं नाही, तर सहज मैत्रिपूर्ण संवाद!

बहुतेक घरांमध्ये एकत्र वेळ अभ्यास, मॉलमध्ये फिरणं किंवा आरडाओरडा यांसाठीच असतो. उगाचच गप्पा, कुठलाही अजेंडा न ठेवता मारलेल्या गप्पा, केलेली भटकंती या गोष्टी मुलांशी कनेक्ट होण्यासाठी सगळ्यांत जास्त गरजेच्या असतात.

'फोनचा अतिवापर नको', असं टीम कूक का म्हणतात?

> *"माणसांचं जगणं सोपं व्हावं यासाठी तंत्रज्ञानाचा जन्म आणि विकास झालेला आहे. आम्ही माणसांना सक्षम बनवण्यासाठी तंत्रज्ञान निर्मित केलं आहे. ज्या गोष्टी कालपर्यंत करता येत नव्हत्या, त्या करता याव्यात; शिकता येत नव्हत्या, त्या शिकता याव्यात; ज्यांची निर्मिती अशक्य होती, ते शक्य व्हावं; यासाठी तंत्रज्ञान विकसित केलेलं आहे. माणसांनी सतत आणि प्रचंड प्रमाणात फोन वापरावा यासाठी ते नाहीये. आजची मुलं तंत्रज्ञानाबरोबर जन्माला येतात, वाढतात. ही पिढी डिजिटल आहे. पण, याचा अर्थ असा नाही, की त्यांना सतत फोन द्यावा. मुलांच्या फोनवापरावर काही कडक नियम हवेत. कुणीही आमच्या फोनचा अतिवापर करावा, असे आम्हांला वाटत नाही."*

ॲपलचे सीईओ टीम कूक यांनी एका मुलाखतीदरम्यान हे स्पष्ट केलं होतं. मुलांचा मोबाईल वापर कसा असला पाहिजे, याविषयी बोलणारे टीम कूक पहिलेच नाहीत. मार्क झुकेरबर्गपासून बिल गेट्स आणि स्टीव्ह जॉब्स, अनेकांनी त्यांच्या मुलांना

लहान असताना जाणीवपूर्वक मोबाईलपासून दूर ठेवलेलं होतं; तर जेनिफर लोपेज आणि अँजेलिना जॉलीसारख्या काही अभिनेत्रींनी त्यांच्या मुलांना स्क्रीन टाइम शिस्त लावली आहे. दिवसभर किती स्क्रीन टाइम असला पाहिजे, याबद्दल नियम लावले आहेत. हे सांगण्याचं कारण इतकंच की, मुलांच्या हातात आपण फार सहजपणे फोन देतो.

मुळात टीम कूक जे म्हणत आहेत तो मुद्दा प्रत्येकासाठी लागू होतो. मोबाईल आपलं जगणं सोपं करण्यासाठी आहे, त्यावर अवलंबून राहण्यासाठी आणि त्या अवलंबित्वातून विविध मनोसामाजिक आणि शारीरिक त्रास जडवून घेण्यासाठी नाही! टीम कूक यांच्या मुलाखतीत त्यांनी स्क्रीन टाइमबद्दल चर्चा केली आहे, तो काबूत ठेवण्यासाठी फोनमध्येच असलेली डिजिटल वेलबीइंग फीचर्स वापरण्याचा सल्ला दिला आहे.

आपल्या प्रत्येकाच्या स्मार्ट फोनच्या सेटिंगमध्ये 'डिजिटल वेलबीइंग अँड पेरंटल कंट्रोल' हा ऑप्शन असतो. अँड्रॉईड आणि आयफोनमध्येही अशी सेवा असतेच; ती वापरली पाहिजे. यामध्ये वेगवेगळ्या ॲप्सवर आपण किती वेळ घालवतो याची माहिती मिळू शकते – म्हणजे व्हॉट्सॲप, फेसबुक दिवसभरात किती वेळ वापरलं हे समजू शकतं. याशिवाय, दिवसाचं, आठवड्याचं, दोन आठवड्यांचं किंवा महिन्यांचं तुलनात्मक स्टॅटिस्टिक्स मिळू शकतं. यामुळे ॲप्स वापरताना तुम्ही आवश्यक ते बदल करू शकता.

दिवसभरात किती वेळ मोबाईलवर घालवायचा हा स्क्रीन टाइम गोल सेटिंग करू शकता. 'सेट गोल'वर क्लिक केलं की किती तास आणि मिनिटं तुम्ही मोबाईल वापरणार आहात, हे त्यात तुम्ही सेट करू शकता. तेवढा वेळ झाला की फोनच तुम्हांला 'तुमचा आजचा स्क्रीन टाइम संपला' हे सांगतो.

यात अजून एक फिचर आहे; ते म्हणजे ॲप टायमर. समजा, तुम्ही ठरवलं आहे, की एखादा गेम दिवसभरात फक्त अर्धा तास खेळायचा. पण, तो गेम तुम्ही दोन तास खेळता आहात, किंवा व्हॉट्सॲपवर तुम्ही दिवसभर आहात! तर, या फीचरमध्ये गेम किंवा ॲप्ससाठी टायमर लावू शकता. तुमची वेळ संपली की तसा अलर्ट तुमचा फोनच तुम्हांला देईल. याशिवाय, डिजिटल वेलबीइंगमध्ये 'फोकस मोड', 'मी टाइम', 'ड्राइव्ह मोड', 'बेड टाइम मोड' अशीही अनेक फीचर्स असतात.

ही झाली आपल्या फोनमधली फीचर्स! याखेरीज, स्क्रीन टाइम मॅनेज करण्यासाठी अनेक ॲप्स आज उपलब्ध आहेत, तीही डाउनलोड करून वापरू शकता. गुगलनेही आता यात पुढाकार घेतलेला आहे. त्यांच्या wellbeing.google या साइटवरून त्याविषयी अधिक माहिती मिळू शकते. याखेरीज, सर्व सोशल मीडिया प्लॅटफॉर्म्स आणि यूट्यूबवरदेखील अशी डिजिटल वेलबीइंग फीचर्स असतात, जी ॲपच्या सेटिंगमध्ये मिळतात. गुगलच्या 'फॅमिली लिंक' माध्यमातून मुलांचे फोन आई-बाबांशी लिंक राहतात – ज्यामुळे मूल ऑनलाइन जगात कुठं फिरत आहे, काय करत आहे, काय बघत आहे, याची माहिती पालकांना मिळू शकते. शिवाय, फोन कधी बंद झाला हेही समजते, ज्यामुळे मुलं जागरण करता आहेत की नाही, यावर लक्ष ठेवता येऊ शकतं.

स्क्रीन टाइम मर्यादित ठेवण्यासाठी अनेक गोष्टी उपलब्ध आहेत; पण त्या न वापरता आपण झोपणार असू आणि मुलांनाही कळत-नकळतपणे तेच शिकवणार असू तर स्क्रीन टाइमच्या विळख्यातून आणि फोनवरच्या अवलंबित्वातून आपली कुणीही सुटका करू शकत नाही!

आपली पहिली मदत आपणच करायची असते. करणार का मग स्वतःची मदत... घेणार का जबाबदारी?

काही महत्त्वाच्या टीप्स

- नियंत्रण लावणं ही गोष्ट शिक्षण आणि संवादाबरोबर असावी.
- मुलांसोबत संवाद साधा. तुम्ही का नियंत्रण लावलं आहे, हे त्यांना समजावून सांगा.
- फक्त तांत्रिक उपायांवर अवलंबून राहू नका... विश्वासाचं नातं अधिक महत्त्वाचं आहे!

Parental Controls म्हणजे मुलांना रोखण्याचं साधन नाही, तर त्यांना योग्य मार्ग दाखवण्याचं एक साधन आहे. डिजिटल विवेक शिकवत असताना संयम, समज, संवाद, आणि डिजिटल मार्गदर्शन यांची भूमिकाही समजून घ्या.

▲▲▲

वयानुरूप आशयाचे आव्हान

आधीच असणारा माहितीचा भडिमार अधिक वेगवान होतोय. मुलांना आपण मूल म्हणून तरी राहू देतोय का?

OTT (ओटीटी) प्लॅटफॉर्म्स आज अनेक घरांतून टीव्हीवर बघितले जातात. नव्याने ओटीटी आले तेव्हा पालक किंवा घरातली मोठी माणसं हे प्लॅटफॉर्म्स त्यांच्या फोनवर किंवा लॅपटॉपवर बघत असत. आज स्मार्ट फोनबरोबर ओटीटी प्लॅटफॉर्म्स स्मार्ट टीव्हीसह हॉलमध्ये येऊन पोहोचले आहेत. या ओटीटी प्लॅटफॉर्म्सवर सगळ्या वयोगटांसाठी कन्टेन्ट उपलब्ध असतो. बहुतेक वेळा त्यावर वयाचे रेटिंग दिलेले असते. म्हणजेच, तो कन्टेन्ट कुठल्या वयातल्या लोकांनी बघणे अपेक्षित आहे हे लिहिलेले असते. तसे ते गेमिंगमध्येही लिहिलेले असते आणि सगळ्या ॲप स्टोअरमधल्या सगळ्या ॲप्सवरही!

पण, आपल्या वयासाठी जे आहे तेच आपण बघतोय का, हा प्रश्न मुलं आणि पालक कुणीच स्वतःला विचारत नाहीत. ॲडल्ट कन्टेन्ट बघणाऱ्या मुलांच्या पालकांपैकी काहींना, 'चालायचंच... मुलांना हे सगळं समजलं पाहिजे!' असं वाटत असतं. लैंगिक संबंधांविषयीची माहिती, मुलांचे प्रश्न याची उत्तरं द्यायला नको, म्हणून अनेकदा पालक या वाटेने जातात. पण, ही पळवाट आहे आणि त्यातून अनेक प्रश्न उपस्थित होतात, हे त्यांच्या लक्षात येत नाही.

अगदी पोर्नोग्राफिक साइट्सवरही '१८+ आहात का?' असा प्रश्न विचारत असले, तरी एखाद्या दहा वर्षांच्या मुलानं 'येस' उत्तर दिलं, तर तिथे वय 'व्हेरिफाय'

करण्याची कुठलीही व्यवस्था नसल्याने ते मूल सहज अशा साइट्सवर जाऊ शकतं. 'येस' म्हटल्यावर ती अख्खी साइट त्याच्यासमोर ओपन होते. मुलांना एका 'क्लिक'वर सगळं उपलब्ध आहे. मागच्या कुठल्याही पिढीपेक्षा वेगानं माहिती त्यांच्यापर्यंत पोहोचते आहे. मुलांना असं नाही तर तसं, सगळं समजणार आहेच; म्हणून माहिती त्यांच्यापर्यंत पोहोचवण्याचा वेग वाढवण्याची गरज नसते! अनेकदा पालक स्वतःच्याही नकळत हा वेग वाढवतात!

स्मार्ट फोनमधल्या सेक्स क्लिप्स, फोटो स्वतंत्र फोल्डरमध्ये ठेवून ते फोल्डर लॉक न करणं; नकळत्या वयातल्या मुलांसमोर १६+ कन्टेन्ट बघणं; शरीरसंबंध, वाढणारं शरीर आणि त्यातून निर्माण होणाऱ्या भावना या गोष्टींबद्दल त्यांना योग्य माहिती योग्य वयात न पुरवणं; ते नेटवर पोर्न/न्यूड क्लिप्स/फोटो बघत असतील तर आरडाओरडा न करता त्यांच्याशी या सगळ्याविषयी बोलणं, त्यांना समजावून सांगणं, त्यातले धोके सांगणं या गोष्टी पालक अनेकदा करतच नाहीत.

आधीच असणारा माहितीचा भडिमार पालक कळत-नकळत अधिक वेगवान करतात; आणि मग गोष्टी हाताबाहेर गेल्या की संतापतात, मुलांना मारहाण करतात, किंवा काळजीत पडतात. डिजिटल मनोरंजन आणि वेबसिरिज यांच्या बाबतीत विचार केला, तर प्रत्येक सीरियलच्या होमस्क्रीनवर रेटिंग ठळक अक्षरांत लिहिलेलं असतं.

वयोगट मर्यादा (Age Ratings) म्हणजे काय?

Age Ratings म्हणजे एखादा चित्रपट, सिरीज, ॲप, वेबसाइट किंवा सोशल मीडिया प्लॅटफॉर्म कोणत्या वयोगटासाठी योग्य आहे हे सांगणारी यंत्रणा. मुलांचे मानसिक, भावनिक, लैंगिक आणि सामाजिक संरक्षण लक्षात घेऊन हे ठरवले जाते.

भारतातल्या डिजिटल मीडिया गाईडलाईननुसार वर्गवारी पुढीलप्रमाणे :

- **ओटीटी प्लॅटफॉर्म्स (Netflix, Amazon Prime, Hotstar वगैरे)**

वयोगट	**रेटिंग**	**अर्थ**
U	Universal	सर्व वयोगटांसाठी योग्य
U/A 7+	7 वर्षांवरील मुलांसाठी	पालक मार्गदर्शन आवश्यक
U/A 13+	13 वर्षांवरील मुलांसाठी	पालक मार्गदर्शन आवश्यक
U/A 16+	16 वर्षांवरील किशोरांसाठी	
A	Adult (18+) फक्त प्रौढांसाठी	यात लैंगिक दृश्य, हिंसा, भाषा, व्यसनधर्मी घटक असू शकतात.

उदाहरणे :

- Netflix वर 'Stranger Things' = U/A 16+
- Amazon Primeवर 'Mirzapur' = A

सर्व OTT appsमध्ये Parental Controls आहेत. तुम्ही PIN सेट करून A-rated कन्टेन्टपासून मुलांना दूर ठेवू शकता.

- **Apps (Game Apps, Utility Apps, Learning Apps)**
  Google Play Store व Apple App Store मध्ये :

3+	सर्व वयोगटांसाठी सुरक्षित
7+	सौम्य हिंसा किंवा कल्पनाविलास असलेला कन्टेन्ट
12+	सौम्य लैंगिक संदर्भ, सौम्य हिंसा
16+	जास्त प्रखर भाषा, हिंसा, लैंगिक संदर्भ
18+	प्रौढांसाठी, जुगार, डेटिंग, पोर्न, अति हिंसा, व्यसन

उदाहरणे :

गेमचं नाव	वयोगट रेटिंग	रेटिंग कोणी दिलं?	वैशिष्ट्ये / धोके
BGMI (PUBG India)	16+	Google Play / KRAFTON	बंदुकीचा वापर, मारामारी, व्यसनाधीनता शक्यता
Free Fire Max	12+	Google Play	ॲनिमेटेड हिंसा; पण सतत खेळल्यास मानसिक थकवा
Call of Duty: Mobile	16+	Google Play / Activision	युद्ध, गन फायट्स, रक्तदृश्ये
Clash of Clans	13+	Supercell	रणनीती, हिंसा कमी; पण सतत login ची गरज
Clash Royale	13+	Supercell	PvP गेम, खर्च करायला प्रवृत्त करणारा
Among Us	10+	ESRB	छुपे गेमिंग, हत्या संकल्पना; पण सौम्य
Minecraft	7+	PEGI / ESRB	कल्पनाविलास, हिंसा नाही, शैक्षणिक उपयोग शक्य
Roblox	13+ (पालक देखरेखीखाली)	ESRB	वापरकर्त्यांनी बनवलेले गेम्स – काही A-rated असू शकतात
Subway Surfers	7+	Google Play	व्यसन लागण्याची शक्यता

गेमचं नाव	वयोगट रेटिंग	रेटिंग कोणी दिलं ?	वैशिष्ट्ये / धोके
Temple Run	7+	Google Play	व्यसन लागण्याची शक्यता ; पण हिंसा नाही
GTA (Grand Theft Auto – PC वर)	17+	PEGI / ESRB	प्रौढ मजकूर, गुन्हे, हिंसा, मुलांसाठी अत्यंत अपायकारक
Fortnite (VPN वापरून मिळतो)	12+	PEGI / ESRB	शूटिंग, ऑनलाइन चॅट, खर्च करण्याची प्रेरणा

PEGI (Pan European Game Information) आणि ESRB (Entertainment Software Rating Board) गेम्सना रेटिंग देणाऱ्या संस्था जेव्हा अशा पद्धतीचं रेटिंग देतात, त्याला काही एक अर्थ असतो. उगाचच रेटिंग देण्याची पद्धत नाहीये. सेक्स, शिव्या, हिंसा यांचं प्रमाण त्या सीरियलमध्ये/ सिनेमात किती आहे यावरून रेटिंग ठरतं ; त्यामुळे मुलांना या सिरिज किंवा तत्सम मनोरंजनात्मक कार्यक्रम बघायची परवानगी देताना, गेम्स डाउनलोड करू देताना या रेटिंगकडे गांभीर्यानं बघणं गरजेचं आहे. वेबसीरियलच्या विश्वात मुलांना नेताना या गोष्टी त्यांना समजावून सांगितल्या, तर त्यांच्यासाठी काय आहे आणि काय नाही, हे मुलांनाही समजू शकतं.

- **इतर ऑनलाइन स्पेस (Websites, Games, Streaming Platforms)**

प्रकार	वयोगट मर्यादा
सामान्य वेबसाइट्स (Wikipedia, National Geographic, etc.)	सर्व वयोगट
पोर्न, ॲडल्ट कन्टेन्ट	18+ (बऱ्याच साइट्स वय पडताळणी करत नाहीत.)

प्रकार	वयोगट मर्यादा
Online Games (Free Fire, Call of Duty, GTA)	बहुतांश 16+ किंवा 18+; पण मुले सहज खेळतात.
Online Shopping (Amazon, Flipkart)	13+; पण व्यवहारासाठी पालकांची गरज
Online Payment Apps (Google Pay, PhonePe)	18+, KYC आवश्यक

- **सोशल मीडिया प्लॅटफॉर्मवर वयोगट मर्यादा (Age Ratings on Social Media)**

प्लॅटफॉर्म	किमान वय	महत्त्वाचे मुद्दे
Facebook	13 वर्षे	किमान वयाची अट; पण मुलं खोटी माहिती देऊन वापरतात.
Instagram	13 वर्षे	आता वय पडताळणी (age verification) सुरू आहे.
WhatsApp	13 वर्षे whatsappचे रेटिंग प्ले स्टोर मध्ये 3+; पण whatsapp एफएक्यू 13+ म्हणते. म्हणजे whatsapp सर्वसाधारणपणे सगळ्यांसाठी सुरक्षित प्लॅटफॉर्म असला तरी तसे गृहीत धरता येऊ शकत नाही. प्लॅटफॉर्म स्वत:हून कुठलाही आक्षेपार्ह तपशील टाकत नसला तरी मुलांपर्यंत तो पोहोचणारच नाही असे नाही.	Chat, forward, group abuseचा धोका.
Snapchat	13 वर्षे	Disappearing messages, location sharing मुळे धोका

प्लॅटफॉर्म	किमान वय	महत्त्वाचे मुद्दे
YouTube	13 वर्षे (YouTube Kids : सर्व वयोगटांसाठी)	नियमित YouTubeवर A-rated कन्टेन्ट सहज उपलब्ध
TikTok	13 वर्षे	भारतात बंद; पण VPN वरून काहीवेळा वापरतात.
Telegram	16+	Anonymous groups, explicit contentची शक्यता
Tinder, Bumble Dating apps)	18+	फक्त प्रौढांसाठी – यामध्ये लैंगिक आणि व्यसनाधारित संदर्भ असतात

एज व्हेरिफिकेशन करणार कसं?

भारतात आणि जगभरही अनेक मुलं जन्मतारखा बदलून सोशल मीडियावर बिनधास्त वावरतात. ईमेल काढून वापरत असतात. भारतात अनेकदा आई-बाबाच मुलांच्या खोट्या जन्मतारखा घालून त्यांना सोशल मीडिया प्रोफाइल्स, ईमेल अकाउंट्स उघडून देतात, हेही वास्तवच आहे! अशा वेळी एज व्हेरिफिकेशन करणार कसं? मग आपली खासगी कागदपत्रं हा एकच मार्ग उरतो. पण उद्या समजा, भारतात मेटाने 'एज व्हेरिफिकेशनसाठी आधारकार्ड वापरा' असं म्हटलं, तर मेटासारख्या परदेशी कंपनीला आपण आपले आधार कार्ड आणि त्यानिमित्ताने आपली अत्यंत खासगी माहिती देणार का? उद्या, यूट्यूब, ट्विटर आणि तत्सम सगळे प्लॅटफॉर्म्स ही कागदपत्रं मागतील, तर ती देण्याची आपली तयारी आहे का? मग यावर पर्याय काय असू शकतो... याचा विचार करणं अत्यंत गरजेचं आहे.

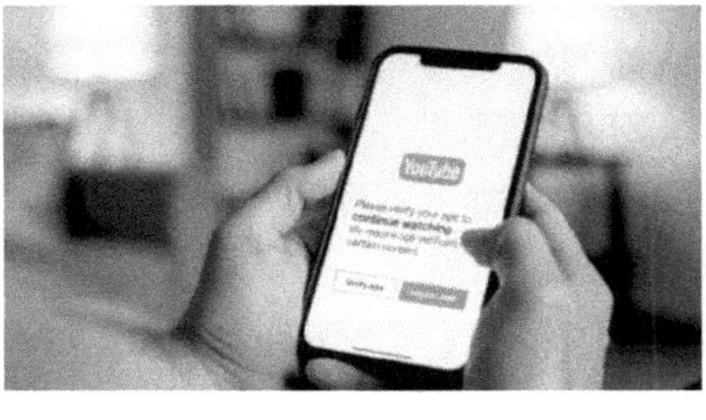

आता काय घडतंय?

- Instagram आणि Meta भारतात AI-based age detection technology आणण्याच्या तयारीत आहेत.
- YouTube ने अनेक व्हिडिओंवर 'not suitable for under 18' टॅग लावायला सुरुवात केली आहे.
- गेमिंग ॲप्स – जसं की, BGMI, Free Fire इत्यादी – यांच्यावर वय मर्यादा आणि गेम वेळ मर्यादा लावण्याची मागणी वाढत आहे.

डिजिटल पालकत्वात 'वयानुरूप आशय' मुलं बघत आहेत का, हे सगळ्यांत मोठं आव्हान आहे. आपल्याकडे मुलं कधीच वयानुरूप आशयाचं मनोरंजन बघत नाहीत, पूर्वीही ते नव्हतं! कारण, सिनेमा आणि सीरियल्स या गोष्टी मोठ्यांसाठी बनवल्या जातात; आणि मोठ्यांच्या मनोरंजनात मुलांनी त्यांचं मनोरंजन करून घ्यावं अशी एकूण पद्धत आहे. त्यामुळे 'वयानुरूप' हा मुद्दा आपल्याकडे बऱ्यापैकी दुर्लक्षित आहे. खास मुलांसाठीची पुस्तकं, सिनेमे, सीरियल्स, वेबटून्स भारतात फार कमी बनतात. त्यामुळे मुलंही मोठ्या प्रमाणावर मोठ्यांच्याच मनोरंजन साधनांवर अवलंबून असतात, हे लक्षात घेतलं पाहिजे. तरीही, घरातल्या टीव्हीवर 'नेटफ्लिक्स', 'प्राईम', 'हॉटस्टार' किंवा तत्सम ओटीटी असतील तर मूल ज्या वयाचं आहे त्यानुसार त्याचं अकाउंट असलं पाहिजे; तीच गोष्ट मुलांच्या हातातल्या फोनची आणि त्यातल्या ॲप्सची! माध्यम-शिक्षण अशा विविध पातळ्यांवर सुरू होतं हे लक्षात घेतलं पाहिजे.

ओटीटी प्लॅटफॉर्म्सवर वयानुरूप प्रोफाइल्स तयार करता येतात. यामुळे सुरक्षित आणि वयोगटानुसार योग्य कन्टेन्ट येण्यास मदत मिळते.

1. Netflix वर 'Kids Profile' कसे तयार करावे?

Mobile / Web वर :

१. Netflix लॉगिन करा.
२. 'Manage Profiles' (प्रोफाइल व्यवस्थापन)वर क्लिक करा.
३. 'Add Profile' निवडा.
४. प्रोफाइलचे नाव टाका (उदाहरणार्थ, Aarav).

५. 'Kids' या पर्यायावर टिक करा – हे वयानुसार कन्टेन्ट फिल्टर करेल.

६. सेव्ह करा.

तसेच तुम्ही प्रत्येक प्रोफाइलसाठी 'Maturity Settings' निवडू शकता :

- Little Kids (U)
- Older Kids (U/A 7+)
- Teens (U/A 13+)
- Adults (U/A 16+, A)

2. Amazon Prime Videoवर Kids Profile

Mobile/Web वर :

१. Prime Video ओपन करा.

२. प्रोफाइल आयकॉनवर टॅप करा. '+ New' प्रोफाइल निवडा.

३. नाव टाका आणि 'Kids profile' वर टिक करा. सेव्ह करा.

Parental Controlsसुद्धा सुरू करू शकता :

- PIN सेट करा.
- Viewing Restrictions मध्ये वयोगट निवडा (उदाहरणार्थ, 7+, 13+, 16+).
- त्यामुळे मोठ्यांच्या सिरीज किंवा मूव्हीज दिसणार नाहीत.

३. Disney+ Hotstar वर Kids Mode

Hotstar मध्ये सध्या वेगळं प्रोफाइल नसतं; पण...

१. App मध्ये 'Kids Mode' ऑन करता येतो.

२. Search बारच्या शेजारी किंवा मेनू मध्ये 'Kids Safe' पर्याय असेल.

३. ते ऑन केल्यावर फक्त मुलांसाठी योग्य कन्टेन्ट दाखवतो.

४. काही ॲप्समध्ये हा मोड बंद करायला PIN लागतो (पालक नियंत्रणासाठी).

इतर सुरक्षितता टिप्स (All OTTs साठी)

- प्रत्येक ॲपमध्ये Parental Lock / PIN सेट करा.

- Password वापरा. login फक्त पालकांजवळ असावा.
- प्रत्येक महिन्याला वापराचा आढावा घ्या – मुलांनी काय पाहिलं, ते बघा.
- वेळ मर्यादा सेट करा – ३० मिनिटे / एक तास, ॲप लॉक वापरा.

मुलांना सांगा... या दहा महत्त्वाच्या टिप्स!

१. मुलांमध्ये ॲप्स डाउनलोड करण्याचं प्रमाण प्रचंड असतं. प्ले स्टोअर किंवा ॲपल स्टोअरमधूनच ॲप डाउनलोड करतात असं नाही, मुलं एकमेकांना वेगवेगळ्या ॲप्सच्या लिंक्स पाठवत असतात. यात प्रामुख्याने गेमिंगची ॲप्स असतात. अनेकदा या लिंक्समधून व्हायरस फोनमध्ये शिरतो. फोन हँग होणे, स्लो होणे, हॅक होणे अशा गोष्टी घडू शकतात.

२. सगळ्यांत पहिली आणि महत्त्वाची गोष्ट – कधीही कुठल्याही लिंकवरून मिळणारे ॲप डाउनलोड करू नये.

३. मुलांना हे सांगितलं पाहिजे, कितीही भारी गेम असू दे, 'फुकट आहे' असं लिंकबरोबरच्या मेसेजमध्ये लिहिलेलं असू दे, तरीही त्या लिंकवर क्लिक करून गेम डाउनलोड करण्याचा मोह टाळला पाहिजे. कारण त्यामुळे तुमचा सगळा डेटा म्हणजे फोनमधले कॉन्टॅक्ट, फोटो, व्हिडिओ आणि इतर माहिती चोरीला जाण्याची शक्यता निर्माण होते.

४. या लिंक्समधून काही वेळा हॅकर्स आपल्या फोनमध्ये बॅक डोअर एंट्री घेऊ शकतात. म्हणजे, आपला फोन हॅक झालेला आपल्याला समजत नाही, पण फोनचा संपूर्ण ॲक्सेस हॅकरला मिळालेला असतो.

५. कुठलंही ॲप आणि गेम डाउनलोड करण्याआधी त्याचं रेटिंग बघायला मुलांना शिकवा. हे रेटिंग चार किंवा त्यापेक्षा जास्त असलंच पाहिजे! शिवाय, ते रेटिंग हजारो-लाखो-करोडो लोकांनी दिलेलं असलं पाहिजे. पाचपन्नास लोकांत चार किंवा त्यापेक्षा जास्त रेटिंगला अर्थ नसतो.

६. प्रत्येक ॲपवर ते कुठल्या वयोगटासाठी आहे, हेही लिहिलेलं असतं. आपलं मुलं त्याच्या वयानुरूप ॲप डाउनलोड करत आहे ना, याकडे लक्ष हवं. कारण ॲप स्टोअरमध्ये १८+ ॲप्सही असतात.

७. काही ॲप्सचा आपल्या फोनमधल्या फोटो गॅलरीशी, लोकेशनशी काहीही संबंध नसतो; तरीही आपण त्यांना या गोष्टी वापरण्याची परवानगी देतो. ते

कायकाय वापरणार आहेत याची यादी आपण अनेकदा बारकाईने बघतच नाही. असं करून चालणार नाही! त्यामुळे ॲप्स डाउनलोड करताना ते व्हेरिफाय केलेले आहेत का, रेटिंग किती आहे, डाउनलोड किती आहे, लोकांच्या प्रतिक्रिया काय आहेत, हे सगळं बघितलंच पाहिजे.

८. रेटिंगबरोबरच्या कमेंट्स वाचण्याची सवयही मुलांनाही लावण्याचा प्रयत्न करा. त्यावरून ॲप व्यवस्थित चालतंय ना, जाहिरातींचा भडिमार आहे की नाही, फोनची किती जागा घेतं, ॲप डाउनलोड केल्यावर फोन स्लो होतो का, ही सगळी माहिती समजते.

९. ॲप स्टोअरमध्ये 'एडिटर्स चॉइस' दिलेला असतो. ती ॲप्स 'व्हेरिफाईड' म्हणजे चांगली आहेत ना, याची खात्री करून घेतलेली असतात; त्यामुळे तशी ती सुरक्षित मानता येऊ शकतात.

१०. आपण जी ॲप्स गेल्या दोन-चार महिन्यांत वापरलेली नाहीत ती फोनमधून काढून टाकली पाहिजेत; जेणेकरून फोनची स्पेस मोकळी राहील. कुठलंही ॲप आपल्याला कधीही डाउनलोड करता येऊ शकतं. त्यामुळे उगाच ॲप्सचा साठा फोनमध्ये करण्याची गरज नसते. मुलांना आपण खऱ्या जगण्यातल्या स्वच्छतेबद्दल शिकवतो, तसंच डिजिटल स्वच्छतेबद्दलही शिकवलं पाहिजे!

▲▲▲

आपण आहोत माध्यम शिक्षित?

वापर, सहभाग, प्रभाव आणि परिणाम या चार बाबी माध्यमांबाबत समजून घेणं आवश्यक असतं.

कोरोनाकाळात शिक्षण ऑनलाइन झालं. खरंतर त्या आधीच काही प्रमाणात आपण ऑनलाइन शिक्षण घ्यायला सुरुवात केलेली होती. अर्थात, ते शिक्षणाच्या मूळ प्रवाहात सामील झालेलं नव्हतं. अवांतर अभ्यास किंवा एखाद्या खासगी क्लासने तयार केलेलं ॲप वापरण्याइतपतच ते मर्यादित होतं. पण कोरोनाने ऑनलाइन शिक्षण मूळ प्रवाहात आणलं, तरी डिजिटल माध्यम शिक्षित होण्याचा विचार मात्र अजूनही आपण शिक्षणाच्या मूळ प्रवाहात आणू शकलेलो नाही.

माध्यम शिक्षण आणि त्यातही डिजिटल माध्यम शिक्षण ही काळाची गरज आहे. आपण शाळेत गेल्यावर बाराखडी आणि मुळाक्षरं लिहायला शिकतो, मग शब्द शिकतो, मग त्याची वाक्य तयार करायला शिकतो, हळूहळू छोटे परिच्छेद, आणि मग निबंध लिहायला शिकतो... हे सगळं आपण करू शकतो कारण भाषा शिकायला, गणितं सोडवायला आपण प्रशिक्षित होत जातो. आपण एखादा विषय शिकतो म्हणजे एक प्रकारचं ट्रेनिंगचं घेत असतो. माध्यम शिक्षित होणं आणि त्यातही डिजिटल माध्यम शिक्षित होणं हाही अशाच प्रशिक्षणाचा भाग आहे.

आपल्याकडे टीव्ही आले तेव्हा 'टीव्हीला नाक लावून बसलेली मुलं' अशा आशयाचे लेख छापून यायचे; मुलांना टीव्हीचं व्यसन कसं लागत आहे यावर चर्चा व्हायच्या. पण तेव्हाही, टीव्ही का, कसा आणि किती बघायचा, त्यावर जे आपण

बघतो त्याचा आपल्यावर परिणाम होतो का, होत असेल तर किती होऊ द्यायचा, तटस्थ राहून माध्यमाचा आनंद कसा घ्यायचा, याचं प्रशिक्षण मुलांना दिलं गेलं नाही. घराघरांतून टीव्ही आले तरीही मुलांच्या टीव्ही बघण्याच्या चर्चेला शिक्षणाचं वळण लागलं नाही. काही प्रयत्न जरूर झाले; पण त्याचं स्वरूप समाजस्तरीय होऊ शकलं नाही. कारण, माध्यम शिक्षण मूळ शिक्षणाचा भाग झालं नाही.

टीव्हीच्या व्यसनात आपण अडकलेलो असतानाच संगणक आणि इंटरनेटने आपल्या जगण्यात शिरकाव केला. जग एका 'क्लिक'वर जवळ वगैरे आलं खरं; पण जग एकमेकांच्या जवळ येताना फायदे-तोटे घेऊन आलं. त्यातल्या तोट्यांचीही चर्चा सुरू झाली, त्याचं शिक्षण मात्र दिलं गेलं नाही. मग आला सोशल मीडिया, गेमिंग प्लॅटफॉर्म्स, पोर्न साइट्स, चॅटिंगपासून ऑनलाइन जुगारापर्यंत अनेक प्रकारच्या प्रचंड कन्टेन्टची उपलब्धता! ही उपलब्धता लहान मुलांपासून मोठ्यांपर्यंत सगळ्यांच्या फोनमध्ये आहे. आणि म्हणूनच, याचे परिणाम सामाजिक, कौटुंबिक आणि वैयक्तिक पातळीवर दिसायला लागले आहेत.

आता तरी माध्यम शिक्षणाचा समांतर शिक्षण म्हणून विचार व्हायला हवा. कारण आपण हायब्रीड आयुष्य जगायला सुरुवात केली आहे. शॉपिंग, बँकिंग, पाठ्यपुस्तकी शिक्षणापासून प्रेम-मैत्री-डेटिंग हे सगळंच ऑनलाइन आणि ऑफलाइन यांच्या मिश्रणातून आपण करायला लागलो आहोत. अशा वेळी मुलांना जसं समाजात, चारचौघांत वागण्याचे धडे आपण देत असतो, तसेच ऑनलाइन जगात वावरण्याचे धडेही द्यायला हवेत; तरच ऑनलाइन जगातला त्यांचा वावर सुरक्षित होईल आणि ते ऑफलाइन जगातही सुरक्षितपणे वावरू शकतील.

वापर, सहभाग, प्रभाव आणि परिणाम या चार गोष्टी माध्यमांबाबत समजून घेणं आवश्यक असतं. त्यातूनच ऑफलाइन जगाबरोबर ऑनलाइन जगात वावरण्याचं शहाणपण येतं – ज्याला माध्यम-विवेक म्हटलं जातं. वापर कशासाठी आणि का करायचा आहे? सुयोग्य आणि समतोल वापर म्हणजे काय? वापर समतोल आणि सुयोग्य असण्यासाठी कुठल्या गोष्टींचा विचार करणं आवश्यक असतं? याचं भान मोबाईल वापरणाऱ्या प्रत्येकाला असलं पाहिजे.

आपण निरनिराळ्या पद्धतीने ऑनलाइन जगात आपला सहभाग नोंदवत असतो – मग ते सोशल मीडियावर पोस्ट, कमेंट्स, लाईक्स करणं असू दे, गेमिंग असो किंवा ऑनलाइन जगात इतर लोक काय करत आहेत हे बघणं असू दे!

सहभाग ॲक्टिव्ह असतो तसा पॅसिव्हही असतोच! आणि एखादी व्यक्ती सोशल मीडियावर व्यक्त होत नसेल तर याचा अर्थ ती सहभागी होत नाही असा नसतो.

डिजिटल जगाचे आपल्यावर विविध स्तरीय परिणाम होतात : ते सामाजिक असतात (ऑनलाइन पोस्टमुळे दंगली होणं), ते मानसिक आणि भावनिक असतात (विविध प्रकारच्या व्यसनांपासून ते नैराश्यासारख्या मानसिक आजारापर्यंत), ते आर्थिक असतात (आर्थिक फसवणुकीचे प्रकार), ते वैचारिक असतात.

इंटरनेट, स्मार्ट फोन आणि सोशल मीडिया या तीन आधुनिक क्रांतींनंतर माणूस ज्या पद्धतीने विचार करतो, व्यक्त होतो त्यात आमूलाग्र बदल झालेले आहेत. काही आपल्या लक्षात येतात, काही येत नाहीत. माणूस म्हणून आपल्यात काही मूलगामी बदल होत असतील तर त्याविषयी जागरूक असणं, नेमके बदल काय होत आहेत, याहीपेक्षा परिणाम होऊ नयेत यासाठी काय करता येऊ शकतं याचा विचार माध्यम-शिक्षणात असतो.

डिजिटल जगात आपण फक्त वापरकर्ते नसतो, आपण ग्राहक असतो... टीकाकार असतो... एकाच वेळी अनेक भूमिकांमध्ये असतो. म्हणूनच, मुलांना लहानपणापासून या सगळ्यांविषयी जागरूक करणं, माध्यम शिक्षित होण्यासाठी मदत करणं अत्यावश्यक आहे. रस्त्यावरून चालताना अपघात होऊ नये यासाठी आपण काय केलं पाहिजे हे आपण मुलांना शिकवतो; पण माध्यमांमध्ये जे अपघात होऊ शकतात, जे धोके असतात, त्याविषयी त्यांना जागरूक करतोच असं नाही.

एक लक्षात घ्यायला हवं... आपण तंत्रज्ञान-शिक्षित आहोत, माध्यम शिक्षित नाही. माध्यम शिक्षण हे जीवनकौशल्य आहे. जीवनकौशल्य 'शिक्षण' असतं, हे आता तरी आपण समजून घेतलं पाहिजे.

थोडक्यात महत्त्वाचे

अल्गोरिदमने रचलेल्या फीडमध्ये लहान-लहान 'डोपामीन रिवॉर्ड्स' युजर्सना मिळतात. कधी अनपेक्षितपणे, कधी मोठ्या प्रमाणात. हाच 'व्हेरीएबल रिवॉर्ड' (म्हणजे बक्षीस मिळण्याची वेळ व प्रमाण अनिश्चित ठेवणारे डिझाइन, ज्यामुळे मेंदू उत्सुक राहून आपण पुन्हा पुन्हा ॲप/फीड तपासत राहतो.) चा खेळ फोमो (फिअर ऑफ मिसिंग आऊट) वाढवतो आणि अवलंबत्वाकडे घेऊन जातो.

▲▲▲

सायबर पालकत्वाला तयार आहोत?

मुलांच्या माध्यम शिक्षणाचा प्रवास पालकांपासून...

मुलं जसजशी नऊ-दहा वर्षांची होतात, त्यांना सोशल मीडियाचे वेध लागायला सुरुवात होते. कधीतरी तर त्याही आधी त्यांना इन्स्टाग्रामवर जायचं असतं. त्यासाठी पालकांकडे हट्ट सुरू होतो. महासाथीच्या आधी बऱ्याच मुलांकडे स्वतःचे स्वतंत्र मोबाईल नव्हते, त्यामुळे पालकांच्या मोबाईलवरून सोशल मीडिया खाती उघडण्याचं प्रमाण मुलांमध्ये कमी होतं. पण ऑनलाइन शाळेमुळे मुलांच्या हातात मोबाईल आले आणि ती अचानक सोशल मीडियावर दिसायला लागली.

इन्स्टाग्राम किंवा फेसबुक यासारखा सोशल मीडिया असं म्हणतो की, तुम्हांला स्वतःचं आणि स्वतंत्र सोशल मीडिया अकाउंट हवं असेल तर १३ वर्षं पूर्ण होणं गरजेचं आहे. त्याआधी मोठ्यांच्या देखरेखीखाली तुम्ही अकाउंट सुरू करू शकता. घराघरांतल्या टीनएजर मुलांना काही मोठ्यांच्या देखरेखीखालील अकाउंट नको असतं. त्यामुळे मूल १३ वर्षं पूर्ण नसेल तर ते त्याची जन्मतारीख बदलून सोशल मीडियावर स्वतंत्र्यपणे येतं, असं अनेकदा दिसून येतं. इतकंच नव्हे, तर मला काम करताना हेही लक्षात आलं आहे की, पालकही मुलांची हौस पूर्ण करण्यासाठी खोट्या जन्मतारखा घालून ८ ते १२ वयोगटातल्या मुलांना सोशल मीडिया देतात. या सगळ्यांतच माध्यम-शिक्षण हा भाग कुठेही दृष्टिक्षेपात नसतो. सायबर पालकत्व हा संपूर्णपणे वेगळा विषय आहे. मुलांच्या हातात फोन देताना किंवा आता नव्या संदर्भात त्यांना विविध परवानग्या देताना काय विचार केला

पाहिजे, काय काळजी घेतली पाहिजे, पालक आणि मुलांमध्ये कशा पद्धतीने सायबर संवाद असला पाहिजे, याचा विचार आजही विशेष होताना दिसत नाही. तो करण्याची सामाजिक-मानसिक तयारी, तशी फुरसत अनेक पालकांमध्ये नसते. पालकत्वाच्या मर्यादाही इथे लक्षात घेतल्या पाहिजेत.

सायबर जगतात वावरण्यासाठी पालकांची परवानगी मिळावी म्हणून पालकांवर मुलांचा आणि मुलांचा एकमेकांवरही प्रचंड दबाव असणार आहे, हे आपण समजून घेतलं पाहिजे. 'माझ्या चार मित्रमैत्रिणींच्या आई-बाबांनी परवानगी दिली, मलाच नाही.' हा मुलांच्या मनातला विचार समस्या बनून आपल्या दाराशी उभा राहणार आहे. म्हणूनच, आता पालकांनी स्वतःला सायबर पालकत्वासाठी तयार करायला हवं आहे. मुलांच्या डिजिटल सवयी कशा हव्यात, याचा विचार करत असताना पालकांना त्यांच्या डिजिटल सवयींचा विचार करावाच लागणार आहे; त्याशिवाय येऊ घातलेल्या प्रश्नांना आपण तोंड देऊ शकणार नाही. मुलांच्या माध्यम शिक्षणाचा प्रवास पालकांपासून सुरू होणार आहे.

'वर्गात, सोसायटीत सगळी मुलं अमुकतमुक ऑनलाइन गेम खेळतात... मीही खेळू का?' असा प्रश्न मुलं विचारतात तेव्हा थेट 'नाही' असं उत्तर देऊ नका!

उत्तर देताना लक्षात ठेवायच्या गोष्टी

- मुलाच्या भावना समजून घ्या : त्याला का खेळायचं आहे, तिथे पिअर प्रेशर आहे का, त्याला बाजूला पाडल्यासारखं वाटू नये.
- चर्चेला मोकळेपण द्या : त्याला प्रश्न विचारायची आणि मत मांडायची संधी द्या.
- फक्त 'नको' असं सांगू नका : कारण व परिणाम स्पष्ट करा.
- पर्याय द्या : त्याला वाटायला हवं, की तो निवड करू शकतो.

उदाहरणार्थ, तुमचं उत्तर :

''हो, पण मला काय वाटतं... आपण आधी तो गेम एकत्र पाहू या का? तो गेम नक्की काय आहे – तो तुझ्या वयाला योग्य आहे का? आपण दोघं मिळून हे जरा समजून घेतलं तर... कारण, काही गेम्स खेळताना शरीर थकतं, मन अस्वस्थ होतं, किंवा काही गेम्समध्ये खूप हिंसा असते, काही गेम्सच्या डिझाईनमुळे व्यसन लागू शकतं किंवा पैसा खर्च करण्याचा दबाव येऊ शकतो.

"आपण एक करू या... मी आणि तू मिळून त्या गेमविषयी माहिती घेऊ, यूट्यूबवर व्हिडिओ पाहू, इतरांचे अनुभव ऐकू. आणि मग निर्णय घेऊ. आपल्याला तो गेम चांगला वाटला नाही तर आपण एक असा गेम शोधू जो इंटरेस्टिंग असेल आणि सेफही असेल. काय वाटतं तुला?"

अशा पद्धतीने संवाद पुढे नेता येऊ शकतो.

थोडक्यात महत्त्वाचे

- मुलाला निर्णयप्रक्रियेत सहभागी करा.
- गेम्सची वयोमर्यादा (PEGI, ESRB रेटिंग) समजावून घ्या आणि मुलांना समजावून सांगा.
- मुलाला पर्याय सुचवा – वयानुरूप, शैक्षणिक किंवा क्रिएटिव्ह गेम्स
- ठरावीक वेळ आणि ठरलेली जागा ठेवा गेमसाठी (टायमरसह).
- कधीकधी त्याच्यासोबत एकत्र खेळून त्याची आवड समजून घ्या.
- फक्त 'हे वाईट आहे' असं म्हणणं योग्य नाही.
- भीती दाखवणं : 'हे खेळलास तर डोळे खराब होतील' वगैरे करू नका.
- लगेच परवानगी न देणं किंवा लगेच नकार देणं हे दोन्ही टाळलं पाहिजे.

▲▲▲

मोबाईलचे शारीरिक परिणाम

टेक नेक आणि टेक्स्ट थंब आहे तरी काय?

सतत मोबाईल बघणं आणि ऑनलाइन असण्याचे फक्त मानसिक किंवा भावनिक परिणाम होतात असं नाहीये. सतत एका जागेवर बसून मोबाईलच्या छोट्या स्क्रीनवर काहीतरी बघत राहण्याचे किंवा टीव्हीवर काहीतरी बघत बसण्याचे शारीरिक परिणामही गंभीर असू शकतात. आजच्या डिजिटल युगात मुलांच्या हातात स्मार्ट फोन, टॅबलेट आणि लॅपटॉप लवकरच येतो, आणि तास न् तास या साधनांवर मुलं वेळ घालवतात. जेवताना मुलांच्या समोर स्क्रीन नसेल तर त्यांना जेवण जात नाही. मुळात स्क्रीन नसेल तर जेवायलाच आवडत नाही, अशी अनेक घरांमधून परिस्थिती आहे. याचा शारीरिक स्वास्थ्यावरही प्रचंड परिणाम होतो आहे, असं अनेक अभ्यासांतून आता पुढे आलेलं आहे. काय आहेत हे शारीरिक परिणाम? जरा समजून घेऊ या.

अमेरिकेत झालेल्या ABCD (Adolescent Brain Cognitive Development) संशोधनाने किशोरवयीन मुलांच्या स्क्रीन टाइमच्या परिणामांवर महत्त्वपूर्ण निष्कर्ष काढले आहेत. या संशोधनातून असे दिसून आले की, अतिप्रमाणात स्क्रीनसमोर वेळ घालवल्यामुळे मुलांच्या मेंदूच्या रचनेत बदल होऊ शकतात. विशेषतः, मुलांच्या मेंदूच्या प्रीफ्रंटल कॉर्टेक्समध्ये बदल दिसून आले आहेत – जे विचारशक्ती, निर्णयक्षमता आणि वर्तन यावर परिणाम करू

शकतात. याशिवाय, अधिक स्क्रीन टाइममुळे झोपेच्या पद्धतींवरही परिणाम होतो, ज्यामुळे मुलांच्या एकूण शारीरिक आणि मानसिक आरोग्यावर नकारात्मक परिणाम होऊ शकतो.

स्क्रीनवर अधिक वेळ घालवणाऱ्या मुलांना मायोपिया (Myopia - दूरदृष्टी दोष) होण्याचा धोका अधिक असतो, असे BMC Public Health मध्ये प्रकाशित झालेल्या एका अभ्यासात म्हटले आहे. यात असे आढळले की, स्क्रीनचा अधिक वापर डोळ्यांवर ताण आणतो, ज्यामुळे मुलांच्या डोळ्यांची दृष्टी कमजोर होते आणि त्यांना मायोपियाचा त्रास होऊ शकतो. मायोपियामुळे रेटिनल डिटॅचमेंट, ग्लॉकोमा आणि मॅक्युलर डिजनरेशन यांसारख्या गुंतागुंती उद्‌भवू शकतात. मेंदूच्या दृश्य केंद्रांवर येणारा ताण शिकण्यावर आणि आकलन क्षमतेच्या विकासावर परिणाम करू शकतो. विशेषतः, टीव्ही, मोबाईल, टॅब्लेट आणि लॅपटॉप यांसारख्या उपकरणांवर जास्त वेळ घालवणं मुलांसाठी धोकादायक ठरु शकतं.

तज्ज्ञांनी असंही नमूद केलं आहे, की गॅझेट्सच्या अतिवापरामुळे मुलांमध्ये प्रकाशसंवेदनाक्षम अपस्मार (फोटोसेन्सिटिव्ह एपिलेप्सी) आणि मायग्रेनसारख्या समस्यादेखील निर्माण होतात. अति स्क्रीन टाइममुळे मुलांमध्ये ऑटिझमची समस्या निर्माण होतेय का, यावरही जगभर आता संशोधनं सुरू आहेत.

१. **डोळ्यांवरील ताण (Digital Eye Strain)** : सतत स्क्रीनकडे बघितल्याने डोळ्यांवर प्रचंड ताण येऊ शकतो, डोळे थकतात, कोरडेपणा येऊ शकतो. डोळ्यांची आग होणे, डोळ्यांत पाणी येणे किंवा डोळ्यांतील कोरडेपणा यांसारख्या समस्या उद्‌भवू शकतात. याव्यतिरिक्त, मायोपिया वाढण्याची शक्यता असते, ज्यामुळे मुलांना दूरच्या वस्तू अस्पष्ट दिसू लागतात. मोबाईल, टॅबलेट किंवा कॉम्प्युटर यांवरील स्क्रीनमधून निघणारा निळा प्रकाश डोळ्यांसाठी अत्यंत घातक असतो. याचा परिणाम मुलांच्या डोळ्यांवर आणि झोपेवर होतो. हा निळा प्रकाश डोळ्यांच्या रेटिनावर थेट परिणाम करतो, ज्यामुळे दीर्घकालीन डोळ्यांचे विकार होऊ शकतात.

२. **कंबर आणि मानेचं दुखणं** : मोबाईल किंवा टॅबलेट हातात धरून वापरताना मुलं कशीही बसतात. बहुतेकदा पाठ वाकवून बसतात. पलंगावर झोपून, खुर्चीवर वाकून किंवा गादीवर लोळत मोबाईल बघितला जातो. अशा त्यामुळे मान, पाठ, आणि कंबर यांचे दुखणे लहान वयात मागे लागू शकते.

३. **झोपेचे विकार :** मोबाईलचा किंवा टॅबलेटचा अतिवापर मुलांच्या झोपेवरही परिणाम करतो. रात्री उशिरापर्यंत मोबाईल वापरणे, स्क्रीनच्या उजेडामुळे मेंदूचे नैसर्गिक झोपेचे चक्र बिघडते. मुलांना लवकर झोप येत नाही आणि झोप घेतल्यावरही शरीराला पुरेशी विश्रांती मिळत नाही. झोप झाली नाही की पचन व्यवस्थेपासून मानसिक आरोग्यापर्यंत अनेक प्रश्न तयार होतात.

४. **लठ्ठपणा (Obesity) :** सतत मोबाईल वापरल्यामुळे लठ्ठपणाची समस्या उद्‌भवू शकते. खेळण्याचा अनेकदा मुलांना कंटाळा येतो; कारण त्यांचं मन मोबाईलच्या आभासी जगात रमलेलं असतं. पुरेशा शारीरिक हालचाली झाल्या नाहीत तर वजन वाढायला लागतं आणि लठ्ठपणा येतो. स्क्रीनसमोर बसून खाणं किंवा फास्ट फूडची सवय लागणं यामुळे शरीराचं वजन वाढतं, ज्यातून इतरही अनेक आरोग्याच्या समस्या निर्माण होऊ शकतात – जसे की, मधुमेह, उच्च रक्तदाब, आणि हृदयविकार.

५. **अंगठ्याची समस्या (Texting Thumb) :** मोबाईलचा वापर करताना सतत अंगठ्याचा वापर केला जातो. त्यामुळे अंगठ्यावर आणि बोटांच्या सांध्यांवर ताण येऊ शकतो. ज्यामुळे 'टेक्स्टिंग थम्ब' नावाची समस्या उद्‌भवू शकते. ही स्थिती अंगठ्याच्या हालचालींवर परिणाम करते आणि अंगठ्याचा उपयोग करताना वेदना होतात. यामुळे मुलांच्या हाडांच्या आणि सांध्यांच्या वाढीस अडथळा निर्माण होऊ शकतो.

६. **शारीरिक शिथिलता :** सतत मोबाईलवर काहीतरी बघत बसण्याच्या सवयीमुळे शारीरिक शिथिलता येते. प्रतिक्षिप्त क्रियेवर परिणाम होतो.

मुलांचे शारीरिक स्वास्थ्य टिकवायचं असेल तर त्यांना अगदी लहान वयापासून मोबाईल दाखवणं, हाताळायला देणं टाळलं पाहिजे. स्क्रीन टाइमचं नियोजन हा साऱ्या कुटुंबाचा अग्रक्रम असेल, तर मुलं आपोआप योग्य पद्धतीने मोबाईल वापरायला शिकतात. मोबाईलच्या फायद्यांबरोबर तोट्यांविषयीही संवाद घरातून व्हायला हवा; तरच मानसिक आणि शारीरिक परिणाम कमी करण्याच्या

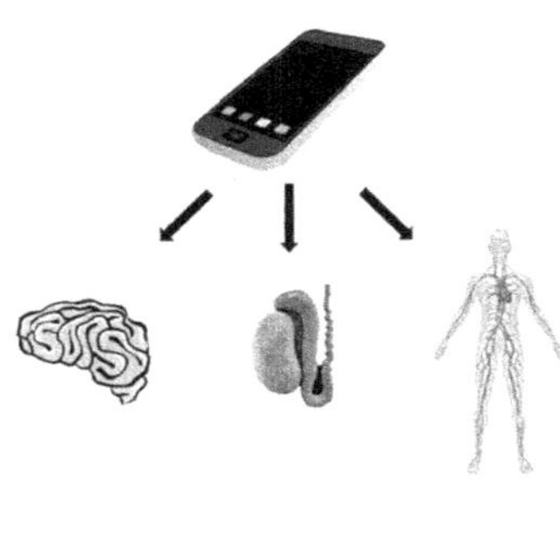

दिशेने आणि सायबर जगताचा आणि गॅझेट्सचा योग्य वापर करण्याच्या दिशेने आपला प्रवास सुरू होईल!

थोडक्यात महत्त्वाचे

अति स्क्रीन टाइममुळे दोन प्रकारचे शारीरिक त्रास दिसायला लागले आहेत.

- **टेक-नेक (Tech Neck)**
  कारण : फोन/टॅबलेटकडे खाली मान वाकवून दीर्घकाळ पाहणे.
  लक्षणे : मान-खांदा दुखणे, वरच्या पाठीचा कडकपणा, कधीकधी डोकेदुखी.
  काय कराल? : स्क्रीन डोळ्यांच्या पातळीवर धरा; दिवसातून कमीतकमी एकदा मानेचे व्यायाम करणे आवश्यक आहे.
- **टेक्स्ट-थंब / अंगठा दुखणे (Text Thumb)**
  कारण : अंगठ्यावर सतत स्क्रोल/टॅप/टायपिंगमुळे ताण.
  लक्षणे : अंगठा-मनगट वेदना, कडकपणा, पकड कमी होणे.
  काय कराल? : दोन्ही अंगठे दुखायला लागल्यास व्हॉइस टायपिंग/स्वाइप कीबोर्ड वापरला पाहिजे. दिवसातून एकदा तरी अंगठा-मनगट-बोटं यांचा व्यायाम केला पाहिजे. (thumb stretch, wrist circles).

टीप : कुठलेही व्यायाम करताना त्रास जाणवल्यास किंवा मान, अंगठा यात तीव्र/सतत वेदना, सूज किंवा सुन्नपणा असल्यास तज्ज्ञांचा सल्ला घ्या.

▲▲▲

‘हायब्रीड’ जगण्याची बजबज!

माणसांच्या हातातल्या मोबाईलचे करायचे तरी काय?

‘मुलांच्या मोबाईलचं करायचं काय?’ हा प्रश्न पालक, शिक्षक यांच्या आणि मोठ्यांच्या जगाला पडलेला असला, तरी खरं तर हा प्रश्न ‘माणसांच्या हातातल्या मोबाईलचं करायचं काय?’ असा आहे.

जन्माला आल्यापासून डोळ्यांसमोर असणाऱ्या मोबाईलचे बरे-वाईट परिणाम आता मोठ्या प्रमाणावर दिसायला लागले आहेत. आपण डिजिटल माध्यम साक्षर नाही, याची जाणीव विविध वयोगटांतल्या अनेकांना होऊ लागली आहे. सेक्सटॉर्शनपासून आर्थिक फसवणुकीपर्यंत अनेक गुन्हे दाराशी येऊन उभे राहिले आहेत. नव्या पिढीचा संवाद, प्रेम, डेटिंग, बुलिंग, शॉपिंग, मनोरंजन सगळंच ऑनलाइन जगाशी जोडलं गेलेलं आहे; त्यामुळे या हायब्रीड आयुष्याचे परिणाम निरनिराळ्या स्तरांवर आता दिसायला लागले आहेत.

डिजिटल जगातून मानसिक आरोग्याचे अनेक प्रश्न निर्माण होताना दिसत आहेत. मग त्यात समाज माध्यम नैराश्य (सोशल मीडिया डिप्रेशन) असो, फोमो (फिअर ऑफ मिसिंग आऊट) असो, नाहीतर स्व-प्रतिमेचे प्रश्न असोत! माणसांमध्ये वर्तणुकीय बदलही मोठ्या प्रमाणावर होऊ लागले आहेत. ट्रोलिंग हा कालपर्यंत फक्त मोठ्यांच्या जगाशी संबंधित विषय आता तरुणाईपर्यंत जाऊन पोहोचलेला

आहे. ऑनलाइन आणि ऑफलाइन जगाची आपल्याही नकळत आपण सरमिसळ करतो आहोत.

सगळ्यांत गमतीचा भाग असा की, 'खासगी' आणि 'जाहीर' यातली सीमारेषा आपणच झपाट्याने पुसायला लागलो आहोत! कालपर्यंत आपण जे काही डायरीत लिहीत होतो, किंवा अगदी जवळच्या माणसांना मन मोकळं करायचं म्हणून सांगत होतो, ते आता आपण जाहीर व्यासपीठावर मोठमोठ्याने सांगत सुटलेलो आहोत. वैयक्तिक नाजूक क्षणांचे आणि अनुभवांचे जाहिरीकरण करत असताना अनेकदा आपल्या हे लक्षात येत नाही, की आपण आपल्या जगण्याच्या मूलभूत संवेदनाच बोथट करतो आहोत. आपल्याकडे 'अति झालं आणि हसू आलं' असं म्हणतात! तसंच, सातत्याने आपल्यापुरतं असलेलं जगणं जाहीर केल्याने कुठेतरी आपण जगण्यातल्या अनेक गोष्टींबद्दल असंवेदनशील होत जातो. तंत्रज्ञान मागत नाही इतकं जास्त; अनेकदा आपण तंत्रज्ञानाला पुरवतो आहोत... आपल्याही नकळत! आणि हे सगळं बघत आपली मुलं वाढत आहेत, तरुण होत आहेत, हेही आपल्या लक्षात येत नाहीये.

एखाद्या विषयाबद्दल जागरूकता असणं वेगळं आणि असंवेदनशील होत जाणं वेगळं! यातला फरक समजून घेणं आजच्या काळात फार गरजेचं आहे. मल्टीटास्किंग हे अत्यावश्यक कौशल्य बनलं आहे, ज्याची खरंतर प्रत्येकाला

गरज असतेच असं नाही. चारऐवजी चार हजार गोष्टी एकाच वेळी करत असताना आपल्या मनाचं-मेंदूचं जे काही होतंय त्याकडे आपलं लक्षच नाहीये... बिंज वॉचिंगसारख्या ग्लॅमरस शब्दाला घट्ट चिकटलेला 'व्यसन' हा शब्द आपल्याला दिसत नाहीये!

सतत मोबाईल चेक करण्याच्या सवयीमुळे कशावरच लक्ष केंद्रित न होणं, हा एक सार्वजनिक त्रास उद्‌भवला आहे – ज्याची मुलं आणि तरुणाई पहिली शिकार आहेत. आपल्याला तंत्रज्ञानाला वळसा देऊन गोष्टी कशा करायच्या हे लक्षात येईनासं झालं आहे. इअरफोन्समधून कानांत वाजणारे निरनिराळे आवाज... डोळ्यांसमोर सतत हलणारी चित्रं... या सगळ्यांत भवतालचं भान हे अत्यंत मूलभूत मानवी लक्षण आपण हरवत चाललो आहोत! आपल्या आजूबाजूला, शेजारी काय घडतंय हेही आपल्या लक्षात येत नाही, इतकी बधिरावस्था बघायला मिळते आहे.

२४ तास - १२ महिने - हातात फोन असणं, आभासी जगात फिरण्याची सोय असणं, कामापासून भावनांपर्यंत अनेक गोष्टींच्या जोडण्या या फक्त आभासी जगाशी करणं, हायब्रीड जगण्याची सवय लावत असताना माध्यम शिक्षणाकडे पाठ फिरवणं; या सगळ्यांतून निर्माण होणारा, झालेला, होऊ घातलेला माणूस निराळा असणार आहे... आहेही! तो जितका सच्चा आणि खरा आहे तितकाच तो खोटाही आहे. आभासी जगातली माहितीच फक्त 'फेक' असते असं नाही; माणसंही फेक असतात, माणसांच्या प्रतिमा, त्यांचे शब्द, त्यांनी वापरलेले इमोजी हे सगळं 'फेक' असू शकतं. पण, हे शोधण्यासाठी, समजून घेण्यासाठी आपल्याकडे वेळ आहे का?

आपल्याला आपल्याही नकळत अनेक सवयी ऑनलाइन जगात लागतात. मग स्वतःच्या भावना 'फेक' करण्यापासून, चुकीची माहिती शेअर करण्यापासून एखाद्याला त्रास देण्यापर्यंत अनेक सवयी आपण स्वतःला लावून घेतो आहोत. ट्रोल करणं ही वृत्ती किंवा वैचारिक मतभेदाची

गोष्ट न राहता अनेकांसाठी 'सवय' बनलेली सोशल मीडियावर सहज बघायला मिळते. आपल्या डिजिटल सवयी आणि त्यामुळे बदललेलं वर्तन याकडे अजूनही आपण डोळसपणे बघायला तयार नाही!

थोडक्यात महत्त्वाचे

- तंत्रज्ञान तटस्थ नाही. डिझाइन, अल्गोरिदम आणि व्यवसायभिमुखतेमुळे डिजिटल स्पेस आपल्या निवडी, सवयी आणि मूल्यांना दिशा देतं; म्हणून 'मानवहित-सर्वप्रथम' ही चौकट आवश्यक.
- आपण जसं तंत्रज्ञान वापरतो तसं ते बदलतं; आणि तंत्रज्ञान जसं बदलतं तशा आपल्यात सवयी/संस्कृती घडतात. सजगता, शिक्षण आणि धोरणं यांचा समन्वय आवश्यक आहे.
- डोपामाइन-लूप आणि लक्ष-अर्थव्यवस्थेची (attention economy) माहिती असायला हवी, त्याविषयी सजगता हवी.

▲▲▲

डिजिटल माध्यम शिक्षणाची गरज काय?

स्क्रीनमुळे आपण बदलतो आहोत का? आणि कसे?

डिजिटल माध्यम शिक्षणाची किंवा जनजागरूकतेची गरज माणसांना दोन-तीन घटना घडल्या की मगच जाणवते. समजा, कुणाचे पैसे सायबर फ्रॉडमध्ये गेले, मुलांना सोशल मीडिया किंवा गेमिंगचं व्यसन लागलं, सतत पोर्न बघण्यामुळे नवरा-बायकोतली भांडणं विकोपाला जाऊन घटस्फोटापर्यंत मामला गेला की अचानक सगळे जागे होतात आणि डिजिटल माध्यमांच्या दुष्परिणामांची चर्चा सुरू होते.

पण, माध्यमं मूल जन्माला आल्यापासून त्याच्याबरोबर असतात. अशा वेळी माध्यमांकडे कसं बघितलं पाहिजे, त्याचे आपल्यावर काय परिणाम होतात, ते कसे टाळले पाहिजेत, माध्यमभान का आवश्यक आहे, दुष्परिणाम कमी करून माध्यमांचा सुयोग्य वापर कसा करता येऊ शकतो, सायबर गुन्हेगारांपासून कसं लांब राहायचं, स्वतःची खासगी माहिती का आणि कशी जपली पाहिजे, याचं प्रशिक्षण मूल जन्माला आल्यापासून खरंतर सुरू व्हायला हवं.

माध्यमांबरोबरचा माझा प्रवास चोवीसहून अधिक वर्षांचा आहे आणि डिजिटल माध्यम अभ्यासक म्हणून, डिजिटल अन्थ्रोपोलोजीचा अभ्यासही गेली दहाहून अधिक वर्षं मी काम करते आहे. सोशल मीडिया वापरणाऱ्या पहिल्या पिढीची मी प्रतिनिधी आहे. फेसबुक, इन्स्टा, एक्स यांच्याही आधी ऑर्कुट नावाचा सोशल

मीडिया होता. त्याची वापरकर्ती असल्याने एका अर्थाने सोशल मीडिया माध्यमे, आणि डिजिटल स्पेसबरोबरच ग्राहक आणि अभ्यासक म्हणून माझाही प्रवास झालेला आहे.

एखादा मुलगा गेमिंगच्या आहारी जाऊन आत्महत्या करतो... एखादा मुलगा पोर्नच्या व्यसनात अडकतो... एखादी मुलगी दहाव्या नाहीतर बाराव्या वर्षी सोशल मीडियावर जाते आणि कुठल्यातरी अनोळखी माणसाच्या दबावाला बळी पडून स्वतःचे नग्न किंवा अर्धनग्न फोटो शेअर करते... एखादा छोटा मुलगा गेमिंग प्लॅटफॉर्मवर सायबर ग्रुमिंगचा शिकार ठरतो... 'पोकेमॉन गो'च्या नादाला लागून रस्त्यावर अपघात होतात... रील्स करण्यासाठी घेतलेल्या धोक्याचा परिणाम अपघातात होऊन तरुणाई जीव गमावते... लग्नेच्छुक मुली मॅट्रिमोनी साइट्सवर फसवल्या जातात... ज्येष्ठ नागरिकांच्या बँक खात्यातून आयुष्याची पुंजी गायब होते; कारण त्यांनी कुठल्यातरी माहीत नसलेल्या लिंकवर क्लिक केलेलं असतं. हे सगळं घडत डिजिटल माध्यम असाक्षरतेतून! या असाक्षरतेवर आजच्या घडीला आपल्याला सगळ्यांत जास्त काम करावं लागणार आहे.

आधुनिक काळातल्या तीन क्रांती – इंटरनेट, स्मार्ट फोन आणि सोशल मीडिया! यांच्यामुळे आपलं जगणं बदललं आहे. माणूस म्हणून आपला जो 'सामाजिक डीएनए' आहे त्यात बदल झालेले आहेत. आपण कसा विचार करतो, कसं व्यक्त होतो, काय ग्रहण करतो, कुठली माहिती कुठे शोधतो, मिळालेली माहिती कशी वापरतो, कुणाशी आणि का कनेक्ट होतो, कुणाला फॉलो करतो, कुणाला अनफॉलो करतो; या सगळ्यांचाच परीघ आणि आपल्या जगण्याचा पोत बदलला आहे.

आपल्या हातात स्मार्ट फोन असतो आणि त्यात इंटरनेट असतं, म्हणजे नेमकं काय... हे अजूनही आपल्याला नीट उमगलेलं नाहीये. कारण त्यासाठी लागणारं माध्यम शिक्षण आपल्याला नाही. आपण तंत्रज्ञान शिक्षित समाज आहोत, माध्यम शिक्षित नाही; हा फरक समजून घेणं अतिशय गरजेचं आहे.

आपल्याला व्हॉट्सॲप वापरता येतं, त्यात ग्रुप्स-कम्युनिटी तयार करता येतात, सोशल मीडिया प्लॅटफॉर्म्स वापरता येतात, सर्च इंजीन्स वापरता येतात, अपलोड-डाउनलोड करता येतं, फोटो-व्हिडिओ काढता येतात, रील्स बनवता येतात, म्हणजे आपण माध्यम शिक्षित झालो, असा अर्थ होत नाही. आपण

माध्यमांचे तंत्रज्ञान शिकलो आहोत, नवीन स्किल्स शिकलो आहोत, असा त्याचा अर्थ होतो. माध्यम शिक्षणाचा हा अगदी छोटा भाग झाला. पण, माध्यम शिक्षण म्हणजे जी नवीन तांत्रिक कौशल्ये आपण शिकलो आहोत ती कशासाठी, कधी आणि किती वापरायची याचं भान! माध्यम-विवेक म्हणजे पूर्ण अर्थाने माध्यम शिक्षण. पण, त्या दिशेने अजूनही आपण प्रवासाला सुरुवात केलेली नाही!

अपवाद वगळता, पालक साक्षर असतात. पण, डिजिटल माध्यम शिक्षणाच्या बाबतीत हे सत्य नाही. डिजिटल माध्यम शिक्षणाची बाराखडी मुलांना शिकवताना पालक आणि शिक्षक यांनीही ती शिकणं आवश्यक आहे. डिजिटल माध्यम शिक्षण ही एक परिसंस्था आहे. फक्त शिकवून किंवा सांगून हे शिक्षण पूर्ण होऊ शकत नाही. पालक, शिक्षक, मुलं आणि ज्येष्ठ नागरिक या सगळ्यांचा त्यात समावेश असेल तरच त्याचा फायदा होऊ शकतो, असं मी मानते.

डिजिटल माध्यम शिक्षणाची गरज जितकी पालकांना आणि मुलांना आहे, तितकीच ती खरंतर ज्येष्ठ नागरिकांना आहे. कारण त्यांच्यासाठी त्यांच्या हातातला स्मार्ट फोन जसा त्यांचा सोबती बनला आहे, तसंच तो त्यांचं वेळ घालवण्याचं साधनही आहे, आणि नात्यांना रिप्लेस करणारी वस्तूही आहे. ओटीटी प्लॅटफॉर्म, गेमिंग, यूट्यूब यांचं व्यसन असलेले अनेक आजी-आजोबा मी कामाच्या निमित्ताने बघते. व्यसनं आणि सायबर गुन्ह्यांचे बळी ठरणं हे दोन्ही प्रकार ज्येष्ठ नागरिकांमध्ये मोठ्या प्रमाणावर बघायला मिळतात. कारण पुन्हा हातात फोन आला आहे; पण त्याचे फायदे-तोटे माहीत नाहीत!

मी तर ज्येष्ठ नागरिकांना अनेकदा 'फॉरवर्ड सेना' म्हणते. दिवसभर विविध विषयांवरचे मेसेजेस फॉरवर्ड करत राहणं एवढं एकच काम असल्याप्रमाणे काही जण वागत असतात. आपण काय फॉरवर्ड करतो, का फॉरवर्ड करतो, आलेली प्रत्येक पोस्ट फॉरवर्ड केलीच पाहिजे का, जे फॉरवर्ड करतोय त्याची सत्यता काय, या कशाचाही विचार न करता फॉरवर्ड केलं जातं.

मुळात आपल्याला इतक्या प्रचंड माहितीची गरज असते का? हा प्रश्न सगळ्यांनीच स्वतःला आज विचारायला हवा आहे. आपला वेळ जात नाही म्हणून आपण किती डिजिटल कचरा निर्माण करणार आहोत, आणि किती असत्य किंवा न पडताळलेली माहिती पुढे ढकलणार आहोत, याचा विचार ज्येष्ठ नागरिकांनीही

करायला हवा आहे. आजी-आजोबांना जेव्हा आर्थिक नुकसान सहन करावं लागतं तेव्हा वाईट वाटतं.

आपल्याला मिळालेली माहिती, आलेला मेसेज, दिला गेलेला संदेश खरा आहे की खोटा; हे तपासण्याचा सामाजिक संस्कार नाही... तो शाळांमध्ये नाही... कुटुंबातून नाही, त्यामुळे ज्येष्ठ नागरिक अनेकदा 'आपण जे वाचतोय ते खरं की खोटं?' हा प्रश्नच स्वतःला विचारत नाहीत. आलेला मेसेज खराच आहे हे धरून चालतात आणि मग फसतात. अशी फसगत होऊ नये, व्यसन लागू नये, आणि आपल्या हातात असलेल्या वेळेचा सुयोग्य वापर व्हावा, यासाठी ज्येष्ठ नागरिकांनीही माध्यम शिक्षित होणं आवश्यक आहे.

तंत्रज्ञानाच्या क्षेत्रात झपाट्याने बदल होत आहेत. एआय (कृत्रिम बुद्धिमत्ता), चॅटजीपीटी, सुपरफास्ट इंटरनेट, आणि सुपर कॉम्प्युटर्स यांसारख्या तंत्रज्ञानांच्या माध्यमातून जग बदलतंय. भविष्यात आपण मोबाईल हे डिव्हाइस वापरू अशी शक्यता कमी आहेत. स्मार्ट फोननंतर काय? हा आज कळीचा मुद्दा बनला आहे. प्लास्टिकचं सिम कार्डऐवजी ई-सिम प्रणाली हळूहळू वापरात येऊ लागली आहे. २०३०पर्यंत स्मार्ट फोन्स संपून जाणार आहेत, असंही एकीकडे म्हटलं जात आहे.

नोकियाचा सीईओ पेक्का लुन्डमार्क यांच्या म्हणण्यानुसार, ऑगमेंटेड रिॲलिटी आणि व्हर्च्युअल रिॲलिटी या तंत्रज्ञानावर आधारित प्रणाली स्मार्ट फोन्सऐवजी वापरली जाईल. वर्ल्ड इकॉनॉमिक फोरममध्ये पेक्का यांनी असं म्हटलं होतं की, २०३०पर्यंत स्मार्ट फोन्स 'इर्रेलेवेंट' होतील. 6G, 7G येईल आणि त्यानंतर सगळंच बदलेल.

ऑगमेंटेड आणि व्हर्च्युअल रिॲलिटी ही यापुढची तंत्रज्ञान असतील, ज्यांचा वापर माणसं संवाद साधण्यासाठी आणि कनेक्ट होण्यासाठी करतील. म्हणजे काय? तर, आपण अनेक देशी-परदेशी सिनेमांत बघतो तसे उद्या आपले होलोग्राम तयार झाले... आणि एकमेकांशी व्हिडिओ कॉल करण्याऐवजी शरीरात इम्प्लांट केलेल्या तंत्रज्ञानातून ज्यांच्याशी संवाद साधायचा आहे त्यांचे होलोग्राम डोळ्यांसमोर आले... आणि आपण त्या होलोग्रामशी गप्पा मारल्या, तरीही नवल वाटून घ्यायचं कारण नाही! इतकं हे नवीन बायोमेट्रिक तंत्रज्ञान आपल्या दारात येऊन ठेपलेलं आहे. हेच आपल्या तांत्रिक जगण्याचं भविष्य असणार आहे. डिजिटल आणि सायबर स्पेसचा पसारा जसजसा वाढतोय माणसांचं जगणं

बदलत आहे, ते यापुढे अजून बदलत जाणार आहे, आणि हे होऊ घातलेले बदल फार दूर नाहीत.

या सगळ्या झंझावातात काय बदलणार नाही? तर, माध्यमभान आणि माध्यम-विवेक! आणि तो विकसित करायचा असेल, तर डिजिटल माध्यम शिक्षणाशिवाय पर्याय नाही. या बदलत्या तंत्रज्ञानाच्या प्रवाहात आपली नवीन पिढी वाढणार आहे, मोठी होणार आहे. म्हणून त्यांना माध्यम शिक्षित करून या! बदलांसाठी तयार करणं ही आपली जबाबदारी आहे; तसंच तंत्रज्ञानाच्या अतिरेकी वापरामुळे माणूस म्हणून असलेली भावनात्मकता, सहनशीलता, आणि संवेदनशीलता हरवू नये, याची काळजी घेणंही गरजेचं आहे.

तंत्रज्ञान हे मानवी जीवनात अनेक प्रश्नांची उत्तरं देऊ शकतं, पण सर्व प्रश्नांची उत्तरं नाही. तंत्रज्ञानाचा वापर हा सोयीसाठी आहे; पण माणूस म्हणून असलेलं अस्सल आणि जिवंत राहण्यासाठी आवश्यक असलेल्या कौशल्यांचा विकास करणं हेसुद्धा महत्त्वाचं आहे. माणूस म्हणून जिवंत राहण्यासाठी आवश्यक असलेल्या कौशल्यांमध्ये सहानुभूती, सहकार्य, सहनशीलता, आणि इतर सामाजिक कौशल्यं यांचा समावेश आहे. एआय, चॅटजीपीटी, सुपरफास्ट नेट, सुपर कॉम्प्युटर्स या सगळ्यांचा सोयीसाठी वापर करत असताना माणूस म्हणून असलेलं 'अस्सलपण' जिवंत ठेवणं आणि मानवी मूल्यांचा विसर पडू न देणं हे मोठं आव्हान आपल्या पुढे असणार आहे.

थोडक्यात महत्त्वाचे

गोपनीयता, डिजिटल पाऊलखुणा, संमती, सायबर-सुरक्षा आणि ऑनलाइन आचारसंहिता, सायबर सुरक्षा, जबाबदार नागरिकत्व या गोष्टी प्रत्येकाने शिकून घेणं, समजून घेणं आवश्यक आहे. कारण एकदा आपण ऑनलाईन गेलो की कायमच त्या जगाशी संबंधित असतो.

▲▲▲

'ऑल इज वेल' सिंड्रोम

शेरेंटिंगचा ट्रॅप समजून घेऊ या...

पालकत्वाच्या संकल्पनांमध्येही सोशल मीडियानंतर पुष्कळ बदल झालेले बघायला मिळतात. पालक होण्याचा निर्णय घेणं, पालक होणं, त्यानंतर मुलांच्या वाढीतला पालकांचा सहभाग, आणि पालकांची बदललेली - बदलणारी मानसिकता अशा अनेक घटकांवर सोशल मीडियाचा प्रचंड प्रभाव दिसून येतो. सोशल मीडियाच्या प्रसारानंतर पालकत्व निरनिराळ्या टप्प्यांमध्ये बदलत गेलं आहे. ते टप्पे बघू या.

आपण 'पॉज' घेतो, सतत थांबतो!

मुलांच्या जन्मानंतर आपण वेगवेगळ्या प्रसंगांच्या वेळी 'पॉज' घ्यायला शिकलो आहोत. बारशाला, बाळंतपणानंतर, मुलांच्या वाढदिवसाला, ट्रिप्सना गेल्यानंतर, जेवायला गेल्यानंतर आपण जे क्षण अनुभवत असतो, ते अनुभवणं आपण मध्येच थांबवतो आणि त्या अनुभवांचे फोटो काढून ते ताबडतोब सोशल मीडियावर अपलोड कारण्यामागे लागतो. हे सगळं करत असताना आपण जो अनुभव घेत असतो तो अर्धवट राहतो, तो मध्येच तुटतो, आणि परत कंटिन्यू झाला तर आधी जो आनंद आणि समाधान आपल्याला मिळत असतं त्यात अचानक अडथळा आल्यामुळे ती भावना बदलते. पुढे येणारे सगळेच अनुभवांचे क्षण आपण तुटकतुटक पद्धतीनं स्वीकारतो, कारण आपलं अर्धअधिक लक्ष आपण अपलोड केलेल्या फोटोत असतं. कुणाच्या काय प्रतिक्रिया आल्या आहेत हे बघायला

आपण सातत्यानं सोशल मीडियावर जात राहतो... आणि जो अनुभव घेण्यासाठी, जे आनंदाचे क्षण वेचण्यासाठी आपण मुलांबरोबर असतो, ते सगळंच हळूहळू हातातून निसटून जायला लागतं.

स्पर्धा आणि तुलना यांना खतपाणी

बहुतेक पालकांच्या मनात स्पर्धा आणि तुलनेचा किडा सतत वळवळत असतो. आपलं मूल इतर कुणाहीपेक्षा कमी पडता कामा नये, यासाठी अनेक पालक सतत धडपडत असतात. स्वतःच्या यशापयशाच्या कल्पना मुलांवर लादून मूल सतत यशस्वी झालंच पाहिजे, ही भूक पालकांना असतेच! पण, सोशल मीडियामुळे ही भूक प्रचंड वाढली आहे.

शेरेंटिंग हा काहीसा संसर्गजन्य प्रकार आहे. एकाने केलं की दुसऱ्यालाही वाटायला लागणं असं सोशल मीडिया युजर्सच्या बाबतीत सातत्यानं घडत असतं. हा 'अमुकतमुक' शेअर करतोय तर मी 'ढमुक' शेअर केलंच पाहिजे, ही मानसिक सक्ती अनेक पालक स्वतःवर ओढवून घेतात. मग त्यातून मुलांचे फोटो मोठ्या प्रमाणावर शेअर करण्याकडे अनेक पालक वळतात. पालकांना मुलांचं कौतुक असतंच, ते व्यक्त करावंसं वाटणंही अत्यंत स्वाभाविक आहे. पण, ज्या क्षणी हे व्यक्त करणं पालकांची मानसिक गरज बनते तेव्हा गडबड सुरू होते. सलग चार दिवस दुसरा कुणीतरी मुलांचे फोटो शेअर करतोय, त्याला हजारोंनी/लाखोंनी लाईक्स येतायेत आणि आपण काहीच शेअर केलं नाही किंवा केलेल्या शेअरिंगला अपेक्षित प्रतिसाद मिळाला नाही की पालक अस्वस्थ होतात. मुलाचं यश, त्यांचा खेळ, त्यांच्या खाण्यापिण्याच्या सवयी, त्यांच्या आवडीनिवडी यांचं इतकं जबरदस्त शेअरिंग पालक करत असतात, की कौतुकाची रेघ ओलांडून ते कधी पलीकडे जातात त्यांचं त्यांना कळत नाही. पालकांच्या मनात मुळात असलेल्या स्पर्धेच्या आणि तुलनेच्या

भावनेला सोशल मीडिया पुरेपूर खतपाणी घालतं आणि शेरेंटिंगच्या निमित्ताने पालक मुलांना पब्लिक फिगर बनवण्याच्या मागे लागतात!

आदर्श पालकत्वाचा ट्रॅप

जगभर सोशल मीडियावर हा प्रकार सर्रास दिसतो. आदर्श पालकत्व ही फार निसरडी वाट असते. 'आदर्श' कशाला म्हणायचं हे व्याख्येत किंवा चौकटीत मांडता येण्यासारखं नाही, असं मला वाटतं. पालक होणारे स्त्री-पुरुषही पहिल्यांदाच पालक होत असतात. त्यामुळे पालक असण्याचं प्रशिक्षण त्यांना नसतं. आपल्या पालकांनी आपल्याला जसं वाढवलं आहे, त्यातले अनुभव आणि स्वतःचे अनुभव यांच्या बळावर पालक असणं स्त्री-पुरुष निभावत असतात, हे लक्षात घेतलं पाहिजे. त्यामुळे चुका होणारच! ट्रायल एरर करतच पालक त्यांची भूमिका शिकत असतात.

स्त्री-पुरुष पालक झाले म्हणजे ते जे काही करतात ते योग्य आणि पाल्याच्या हिताचंच असतं, असंही मानण्याचं कारण नाही. त्यामुळे आदर्श पालकत्व असं काहीही असत नाही. आपण स्वतः ठेचकाळत, पडत, उठत जे-जे म्हणून शिकत जातो, त्यातून आपल्या मुलांपर्यंत काय आणि कशा स्वरूपात पोहोचवायचं, हे जो तो ठरवत असतो.

पण, सोशल मीडियावर आपण आदर्श पालक आहोत हे दाखवण्याचं प्रचंड 'पिअर प्रेशर' बघायला मिळतं. आपण आपल्या मुलांना कसं वाढवतो आहोत, आपण आदर्श पालक कॅटेगरीत कसे फिट्ट बसतो आहोत, हे दाखवण्याचा दबाव अनेक पालकांवर असतो.

या संदर्भात मी काही पालकांशी संवाद साधल्यावर लक्षात आलं... अनेक पालकांना या दबावाचा विलक्षण ताण येतो. खरंतर त्यांना कुणीही असं म्हणत नाही, की तुम्ही सोशल मीडियावर तुमचे पालकत्वाचे अनुभव शेअर केले नाहीत तर याचा अर्थ तुम्ही आदर्श पालक नाही. हा दबाव अदृश्य असतो. आपण आदर्श पालक आहोत हे इतरांना आणि स्वतःला सतत सांगितलं नाही, तर लोकांना काय वाटेल अशी एक विचित्र भीतीही अनेक पालकांच्या मनात असते.

काही विभक्त कुटुंबातल्या पालकांनी एक वेगळाच मुद्दा शेअर केला आहे. दोन्हीकडच्या आई-बाबांना आपलं सगळं छान चालू आहे, आपण त्यांच्या नातवंडांना

योग्य पद्धतीने वाढवतो आहोत याची माहिती देण्यासाठी सोशल मीडियावर शेरेंटिंग करावं लागतं. तसं केलं नाही तर नव्याने सोशल मीडियाशी दोस्ती केलेले आजी-आजोबा काहीसे पॅनिक होतात. 'बऱ्याच दिवसांत काही फोटो टाकले नाहीत, शेअर केले नाही, सगळं ठीक आहे ना!' असे प्रश्न आई-बाबा आणि सासू सासरे यांच्याकडून विचारले जातात. याचाही ताण अनेक पालकांवर येत असतो.

शिवाय, काही पालकांना स्वतःची पाठ थोपटून घेण्याची हौसही असते... आणि सोशल मीडियामुळे स्वतःचीच पाठ थोपटून घेणं अगदीच सोपं झालेलं आहे! आपण आदर्श पालक आहोत याचं प्रदर्शन मांडण्याकडे कल असलेले पालक अनेकदा असल्या ना कसल्या गंडाने पछाडलेले असतात, असं अनेक सर्वेक्षणांमधून दिसून आलेलं आहे.

वेळ जातो आणि ऊर्जाही!

सोशल मीडिया पालकांचा प्रचंड वेळ खातं, हे शेरेंटिंगच्या उत्साहात पालकांच्या लक्षात येत नाही. आधीच नवरा-बायकोच्या भूमिकेतून पालकांच्या भूमिकेत स्त्री-पुरुष गेले की जबाबदाऱ्या वाढतात. रोजच्या रुटीनमध्ये अनेक व्यवधानं वाढतात. मुलांचं संगोपन यात अनेक स्त्रियांचा तसाही पुष्कळ वेळ जातो. तो देणं हे आई आणि बाबा दोघांनाही मुलांच्या वाढीसाठी गरजेचं असतं.

पण, मुलांच्या संगोपनासाठी प्रत्यक्ष वेळ देणं आणि मुलांबद्दल सोशल मीडियावर पोस्ट्स टाकण्यासाठी वेळ देणं यात फरक असतो. सातत्याने शेरेंटिंग करणाऱ्या पालकांना यातला फरक समजेनासा होतो. आपण सतत मुलांबद्दल काही ना काही सोशल मीडियावर टाकतोय, याचा अर्थ आपण मुलांसाठी पुष्कळ वेळ देतोय असा ते घ्यायला लागतात.

खरंतर मुलांना त्याची गरज नसते. मुलांना स्पर्शाची, संवादाची, खेळण्याची, गप्पा मारण्याची गरज असते. पण टिकटॉक व्हिडिओ, फोटो ॲप्समधून एडिट केलेले फोटो शेअर करण्यात आपला वेळ, ऊर्जा तर जातेच; पण मुलांसाठी जो वेळ द्यायला हवा त्यातही प्रचंड घट होते. मुलांबरोबर खेळण्यासाठी, त्यांना गोष्टी रंगवून सांगण्यासाठी, त्यांच्याशी गप्पा मारण्यासाठी जी ऊर्जा लागते ती आधीच सोशल मीडियावर खर्च झालेली असते. मग मुलांशी प्रत्यक्ष खेळण्याची वेळ येते तेव्हा ना वेळ उरलेला असतो ना ऊर्जा!

सगळं कसं 'पिक्चर परफेक्ट'!

पालकत्व ही सतत बदलणारी, रोज नवी आव्हाने देणारी आणि सातत्याने चालणारी प्रक्रिया आहे. मुलांचं वय जसं वाढतं आणि पालकांचंही वय जसं बदलतं, तशी पालकत्वाची आव्हाने बदलतात. त्यामुळे एकदा आपण पालक झालो की मरेस्तोवर ट्रायल एरर करत, शिकत आपण आपली भूमिका खरंतर बजावत असतो. पण, सोशल मीडियामुळे आपल्या या शिकण्याच्या कधीही न संपणाऱ्या प्रक्रियेचं सतत परफेक्ट चित्र उभं करण्यासाठी आपली धडपड सुरू होते.

सोशल मीडियावर फोटो किंवा व्हिडिओ टाकायचा तर तो परफेक्ट असलाच पाहिजे, असा आपला अट्टाहास असतो. शिवाय, आपले कौटुंबिक जीवन कसे सुखी आणि समाधानी आहे, हे दाखवण्याकडेही अनेक पालकांचा कल असतो. घरात सतत भांडणं आणि सोशल मीडियावर प्रेमाचे उमाळे हे चित्र अनेक जोडप्यांमध्ये बघायला मिळतं. या विसंगतीचा मुलांवर परिणाम होतो, हे मात्र लक्षात घेतलं जात नाही.

होतं काय, की कुटुंबाचं परफेक्ट चित्र सोशल मीडियावर रंगवल्यानंतर त्या पोस्ट्स आणि फोटोसंदर्भात कुणी ओळखीचे नातेवाईक मुलांसमोर कौतुकाने बोलू लागले, आदर्श कुटुंब आहे आदी चर्चा करू लागले की मुलांना समजत नाही... सगळं इतकं आदर्श आहे, तर मग आई-बाबा रोज का भांडतात... सतत चिडचिड का करतात!

नकळतपणे प्रत्यक्ष वागणं आणि ऑनलाइन वागणं वेगळं असतं, जे खरोखर आहे ते लपवून वेगळंच चित्र लोकांसाठी तयार केलं तर चालतं, असं फेक चित्र तयार करण्यात काहीच गैर नसतं, हा विचार मुलांपर्यंत पोहोचतो. शेरेंटिंगमधून आधीच मुलाचे डिजिटल फूटप्रिंट्स पालकांनी तयार केलेले असतात; त्यात फेकी जगण्याचा पाठही कळत-नकळत पालक मुलांना देतात. हे सगळ्यांत जास्त धोकादायक आहे. आपल्या घरातली भांडणं जगासाठी खुली करावी की करू नयेत, हा ज्याचा त्याचा प्रश्न असतो. पण, फेक आदर्श कुटुंबाचं चित्र तयार करताना आणि त्याच शेरेंटिंग करताना आपण मुलांचं नक्कीच नुकसान करत असतो.

स्वतःची पाठ थोपटून घेण्यासाठी, मुलांचं कौतुक साऱ्या जगाने करावं यासाठी, स्वतःला ताणातून वाचवण्यासाठी, स्वतःच्या कंटाळ्यावर मात करण्यासाठी, आपण आदर्श पालक आहोत हे स्वतःला आणि जगाला सांगण्यासाठी अशा अनेक

कारणांसाठी पालक शेरेंटिंग करत असतात. 'सोशल मीडिया आपल्यासाठी की आपण सोशल मीडियासाठी?' हे लक्षात घेतलं तर या माध्यमाचा वापर केव्हा, कसा आणि किती करायचा हे समजू शकतं; अन्यथा पालक स्वतःच स्वतःसाठी ट्रॅप्स तयार करतात आणि त्यात गुदमरतात!

आपलं आयुष्य मस्त चालू आहे, आपला मुलांशी सजग संवाद आहे हे सतत जगाला सांगत राहण्याच्या मानसिकतेला ऑल इज वेल सिंड्रोम म्हटलं जातं. कुणाच्याही आयुष्यात सगळं परफेक्ट नसतं. जे परफेक्ट नाहीये ते कुणीही सोशल मीडियात सांगायला येत नाही, हेही ठीकच! पण, ऑनलाइन जगात सतत छान छान दाखवण्याची धडपड काही वेळा पालकांना मूळ प्रश्नांपासून दूर नेऊ शकते. हे विशेषतः किशोरवयीन मुलांच्या पालकांबाबत होण्याची दाट शक्यता आहे. आपल्याला जसं पालकत्व अपेक्षित आहे त्या पद्धतीचे फोटो, व्हिडिओ आणि पोस्ट सातत्याने टाकत राहिल्याने प्रत्यक्षातील आपलं पालकत्व तसंच बनतं असं मुळीचंच नाहीये. पालकत्व हा किचकट आणि मोठा प्रवास आहे. अशा वेळी आपण जे सोशल मीडियावर टाकतो ती पळवाट नाहीये ना, याचा विचार पालकांनी करणं गरजेचं आहे.

पालकत्वातले अडथळे, त्रुटी जाहीर व्यासपीठावर मांडण्याची आवश्यकता नसतेच; तसंच सतत माझ्या आयुष्यात सगळं सुरळीत सुरू आहे, काहीच प्रॉब्लेम नाहीये हे सोशल मीडियाच्या आधाराने स्वतःला सांगत राहणंही चुकीचं आहे. पालकत्वाच्या प्रवासातले प्रश्न, समस्या यांच्याकडे डोळेझाक करून चालत नाही; उलट ते आहेत, हे मान्य केलं तरच प्रवास सुलभ होऊ शकतो.

थोडक्यात महत्त्वाचे

- 'ऑल इज वेल' असं सतत म्हणण्याऐवजी आठवड्यातून १० मिनिटांची स्व-तपासणी करा.
- काय बिनसल्यासारखं वाटतं? त्याचा पुरावा काय आहे? कशामुळे बिनसले असे वाटते आहे? आत्ता मी कोणती एक छोटी सुधारणा करू शकते? याबाबत स्वतःला स्पष्टता येत नसेल तर समुपदेशकांची मदत घ्यावी.

▲▲▲

अपलोड केलेला फोटो जातो कुठे...?

इंटरनेटची काळी बाजू

तुम्ही फेसबुकवर, इन्स्टावर किंवा इतर कुठल्याही सोशल मीडिया साइटवर मुलांचे फोटो अपलोड करता, तेव्हा ते कुठे जातात? कधी याचा विचार केला आहे का? आपला समज असतो की, आपण अपलोड केलेले फोटो एकतर आपल्या प्रोफाइलवर असतात किंवा जेव्हा केव्हा आपण ते डिलीट करू तेव्हा ते डिलीट होतात. हे दोन्ही बरोबर असलं तरी, याचबरोबर आणखीन काही घडत असतं. आपण जे फोटो अपलोड करतो ते कुणालाही डाउनलोड करता येतात. जे व्हिडिओज आपण ऑनलाइन टाकतो तोही कुणीही डाउनलोड करू शकतं. आणि फोटो, व्हिडिओ कोण डाउनलोड करतंय हे आपल्याला समजू शकत नाही. आपल्याला वाटतं... मुलं निरागस, त्यांचे फोटो डाउनलोड करून कोण कशाला स्वतःजवळ ठेवेल! हॉट आणि सेक्सी स्त्री-पुरुषांचे फोटो तेवढे डाउनलोड होतात. पण, हाच आपला सगळ्यांत मोठा गैरसमज आहे!

कसा?... सांगते.

फेसबुक, इन्स्टा, अगदी व्हॉट्सॲप आणि इतर सोशल मीडिया प्लॅटफॉर्मवर पालकांनी शेअर केलेले मुलांचे फोटो मोठ्या प्रमाणावर डाउनलोड होतात. त्यात आवश्यक ते बदल फोटोशॉपच्या साहाय्याने करून हे फोटो डार्क वेबवरच्या

अनेक साइट्सना विकले जातात. यात चाईल्ड पोर्नोग्राफीच्याही अनेक साइट्स आहेत. हे भीतिदायक ; पण वास्तव आहे आणि दुर्लक्ष करून चालणार नाहीये!

डार्क वेब म्हणजे काय? हा प्रश्न तुम्हांला पडला असेल. आपण जे इंटरनेट वापरतो, त्या मायाजालाच्या अंतर्गत अजून एक मोठं नेटवर्क असतं. या नेटवर्कवर गुगल क्रोम, याहू, मोजीला फायर फॉक्स, इंटरनेट एक्सप्लोरर यांसारख्या सर्च इंजीनवरून जाता येत नाही. यासाठी TOR ब्राउझरसारखे काही विशिष्ट ब्राउझर वापरले जातात.

हे जग प्रामुख्याने ड्रग्ज, शस्त्रास्त्र आणि चाईल्ड पोर्नोग्राफी यांसारख्या गुन्हेगारी जगतासाठी वापरलं जातं. बहुतेक डार्क वेबवरच्या साइट्सनी आपली खरी ओळख लपवलेली असते. डार्क वेबच्या अजून खालच्या, म्हणजे अजून गुप्ततेच्या स्तरात डीप वेब असते. या दोन्हींपर्यंत आपण एरवी पोहोचत नाही. पण, जे लोक गुन्हेगारी वृत्तीचे असतात त्यांना या जगात जाण्याचे, तिथे व्यवहार करण्याचे मार्ग माहीत असतात.

इतकंच नव्हे, तर सोशल मीडियावरून मुलांचे फोटो फक्त डाउनलोड करून डार्क वेबमध्ये काम करणाऱ्यांना विकणारे एजंटही मोठ्या प्रमाणावर कार्यरत असतात. हे एजंट लोक प्रत्यक्ष डार्क वेबवर जातातच असं नाही. त्यांचं काम फक्त फोटो डाउनलोड करणं आणि काही वेळा त्या फोटोंवर अपेक्षित बदल करून पुरवणं इतकंच असतं. हे बदल प्रामुख्याने सेक्शुअल अब्युज दाखवण्यासाठी केलेले असतात किंवा चाईल्ड मॉडेल साइट्सवर मुलांचे सेक्शुअल फोटो टाकण्याच्या दृष्टीने केलेले असतात. हे सगळं अतिशय भयानक आणि काळंकुट्ट आहे... आणि यात आपल्या मुलांचे फोटो जाण्याची खूपच शक्यता असू शकते!

विचार करा... तुमच्या मुलाचा/मुलीचा फोटो डाउनलोड झालाय... त्या फोटोत विकृत बदल करून डार्क वेबच्या चाईल्ड पोर्नोग्राफिक साइटवर विकला गेला आहे! इथे फक्त चाईल्ड अब्युज दाखवणाऱ्या साइट्स नाहीत, तर आपण कल्पनाही करणार नाही अशा वेगवेगळ्या प्रकारच्या साइट्सवर मुलाचे फोटो वापरले जातात.

डार्क वेबवर मोठ्या प्रमाणावर पेडोफिलिया साइट्स असतात. पेडोफिलिया म्हणजे लहान मुलाविषयी वाटणारे तीव्र लैंगिक आकर्षण. हा एक प्रकारचा आजार आहे. या साइट्सवर प्रचंड ट्रॅफिक बघायला मिळते, असं या क्षेत्रातले तज्ज्ञ

सांगतात. असं मानलं जातं की, डार्क वेबवरचं ८० टक्के ट्रॅफिक पेडोफिलिया साइट्सवर असतं. अशा वेळी कोण आपल्या प्रोफाइल्सवर येऊन मुलांचे फोटो डाउनलोड करेल... आपण सांगू शकत नाही!

आपण एका प्रचंड कनेक्टेड जगात राहतो आहोत. हा कनेक्ट आपल्याला माहीत नसलेल्या जगाशीही आहे. या सगळ्या जगात तुम्ही जितके शिरता... तुमच्या लक्षात येतं, प्रायव्हसी हा विषय फक्त बोलण्यापुरता आहे. आपण एकदा एखादी पोस्ट ऑनलाइन टाकली की ती कायम तिथेच असते. आपल्याला मुलांचं कौतुक असतं, आपल्याला आपल्या जगण्याच्या गोष्टी सांगाव्याशा वाटतात हेही ठीकच आहे; पण त्याची प्रत्यक्ष आणि अप्रत्यक्ष किंमत मुलांना मोजायची वेळ येता कामा नये! आपल्याला आपली गोष्ट कितीही सांगावीशी वाटली, तरीही ऑनलाइन जग सुरक्षित नाही हे आपण गृहीत धरणं आणि मान्य करणं गरजेचं आहे.

बाल हक्कांमध्ये जगण्याचा अधिकार, प्रगतीचा अधिकार, संरक्षण मिळण्याचा अधिकार, आणि सहभागाचा अधिकार यांचा समावेश होतो. आता त्यात 'राईट टू प्रायव्हसी'चाही समावेश झाला आहे. या संदर्भात सर्वोच्च न्यायालयाचे सरन्यायाधीश जे. एस. खेहर यांच्या अध्यक्षतेखालील नऊ न्यायाधीशांच्या खंडपीठाने एकमताने दिलेल्या निर्णयात नमूद केले आहे की, प्रत्येकाचा 'राईट टू प्रायव्हसी' हा मूलभूत अधिकार आहे. मुलांच्या 'डेटा प्रायव्हसी'ला डिजिटल जगात विशेष संरक्षण आवश्यक आहे, असंही सर्वोच्च न्यायालयाने म्हटलं आहे.

'राईट टू प्रायव्हसी' हा एक मूलभूत हक्क असल्याचं मत नोंदवून न्यायमूर्ती संजय किशन कौल यांनी आपल्या ४७ पानांच्या स्वतंत्र नोंदींमध्ये निदर्शनास आणून दिले आहे की, मुलं एबीसी शिकत असताना सोशल नेटवर्किंग वेबसाइटवर सतत डिजिटल फूटप्रिंट तयार करत असतात. मुलं नवी एबीसी शिकत आहेत – ॲपल, ब्लूटूथ आणि चॅट!

मुलांच्या बालिश चुकांचे परिणाम त्यांना आयुष्यभर भोगायला लागता कामा नयेत. मुलांच्या प्रायव्हसीला केवळ आभासी जगाच्या संदर्भातच नाही, तर वास्तविक जगातदेखील विशेष संरक्षण आवश्यक आहे, असेही न्यायमूर्ती कौल म्हणाले होते.

मुळात, 'एकदा ऑनलाइन... कायम ऑनलाइन' हे लक्षात घेतलं पाहिजे. आपण आपल्या प्रोफाइल्सवरून फोटो आणि व्हिडिओ डिलीट केले तरी ते

आभासी जगातून ते डिलीट होत नाहीत; त्यामुळे त्याचे परिणाम दीर्घ काळानेही भोगावे लागू शकतात. म्हणूनच, मुलांच्या 'राईट टू प्रायव्हसी'चा गांभीर्याने विचार व्हायला हवा.

'प्रायव्हसी' ऑप्शन निवडा

मुलांचे फोटो शेअर करताना प्रायव्हसी सेटिंग बदललं पाहिजे. अशा वेळी 'पब्लिक' न ठेवता, 'फक्त जवळच्या मित्रमैत्रिणींपुरतं', 'फक्त काही लोकांपुरतंही' ते ठेवता येऊ शकतं. अधूनमधून फ्रेंडलिस्ट तपासत जा. काही वेळा आपण काही लोकांना फ्रेंडलिस्टमध्ये घेतो, पण त्यांचा आपला परिचय नसतो. अशा वेळी ही माणसं डोकेदुखी बनू शकतात. त्यामुळे मुलांचे फोटो आणि व्हिडिओ टाकणार असाल तर फ्रेंडलिस्टवर लक्ष हवंच!

मुलांचे तपशील देऊ नका

फोटोबरोबर मुलांच्या शाळा/क्लासेस/व्हॅन/किंवा इतर आवडीनिवडी यांचे तपशील शक्यतो देऊ नयेत. पोस्टमध्ये मुलांचे वैयक्तिक तपशीलही नकोत. विषय सर्वसाधारण ठेवला पाहिजे. आपल्या मुलांचे वैयक्तिक डिटेल्स जगाला सांगून आपण त्यांना धोक्यात आणतो, हे कधीही विसरू नका! 'ब्लॉक'चं बटण असतं, हे विसरू नका!

मुलांविषयी केलेल्या पोस्टवर अनपेक्षित कमेंट्स कुणी करत असेल तर त्या व्यक्तीला ब्लॉक केलं पाहिजे. ब्लॉक केलं तर लोक काय म्हणतील वगैरे विचार करण्याची गरज नसते. ज्या व्यक्ती तुम्हांला त्रासदायक वाटतात, भविष्यात कटकट निर्माण करतील, अशी नुसती शंका आली तरी ताबडतोब ब्लॉक केलंच पाहिजे. इथे तुमच्या मुलांचा प्रश्न असतो.

फोटो आणि व्हिडिओ का पोस्ट करतो?

हा प्रश्न प्रत्येकाने स्वतःला विचारायला हवा. आपण कशासाठी शेअर करतो... आपल्या आनंदासाठी? आपले पालकत्व सिद्ध करण्यासाठी? की अजून कशासाठी? सोशल मीडियावर काहीही पोस्ट करताना हा प्रश्न प्रत्येकाने स्वतःला विचारलाच पाहिजे!

पालक व शिक्षकांसाठी सायबर संवाद व सुरक्षेसंबंधी टिप्स

काय करा?

१. **खुला संवाद ठेवा :** मुलांसोबत त्यांच्या डिजिटल सवयी, आवडत्या ॲप्स व गेम्सविषयी नियमित संवाद साधा.

२. **वयानुरूप नियम ठरवा :** स्क्रीन टाइम, गेमिंग, सोशल मीडिया यासाठी नियम स्पष्ट ठेवा, ते नियम मुलांना बरोबर घेऊन ठरवा. त्यातले काही नियम हे संपूर्ण कुटुंबासाठी असतील असं बघा. उदाहरणार्थ, रात्री झोपताना फोन बंद करणे, जेवताना स्क्रीन समोर नसणे. त्यात सहभागी व्हा. कुटुंबातल्या इतर प्रौढ व्यक्तींना सहभागी करून घ्या. कारण संपूर्ण कुटुंब सहभागी असेल तर मुलं चटकन शिकतात, गांभीर्य समजून घेतात.

३. **शिकवण्याआधी स्वतः शिका :** सोशल मीडियाचे धोके, गोपनीयता सेटिंग्ज, डेटा सेफ्टी याबाबत स्वतः सजग राहा.

४. **डिजिटल डिटॉक्सचे दिवस ठरवा :** आठवड्यातून एक दिवस पूर्णपणे स्क्रीनशिवाय घालवण्याचा प्रयत्न करा.

५. **मोबाईलमध्ये पालक नियंत्रण (Parental Control Tools) वापरा :** विशेषतः पाच ते तेरा वयोगटातील मुलांसाठी.

६. **भावनिक संवाद ठेवा :** मुलांचे ऑनलाइन अनुभव सहानुभूतीने ऐका. सारख्या सूचना आणि उत्तर देण्यापेक्षा त्यांना त्यांची उत्तरं शोधायला मदत करा.

७. **वैयक्तिक डेटा म्हणजे काय, हे शिकवा :** फोटो, लोकेशन, मोबाईल नंबर, ओटीपी शेअर करणं किती धोकादायक आहे, हे सांगा.

काय करू नका?

१. **इंटरनेट आणि मोबाईलचा फोबिया तयार करू नका :** इंटरनेटला पूर्णपणे वाईट ठरवण्याऐवजी त्याचे फायदेही दाखवा. सतत फक्त 'चश्मा लागेल', 'कान खराब होतील', 'डोक्यावर परिणाम होईल' असं न सांगता त्याचे दुष्परिणाम टाळण्याबाबत संवाद करा.

२. **अचानक मोबाईल काढून घेऊ नका :** यामुळे विश्वास तुटतो आणि मुलं हायपर होतात. त्यामुळे मोबाईलविषयी हळूहळू, निरनिराळ्या पद्धतींनी सांगण्याचा प्रयत्न करा. एखादी वस्तू जी रोज मुलांकडे आहे ती अचानक काढून घेतली तर त्यांना त्यातून अवस्थता निर्माण होते आणि त्यांचे वर्तन बदलते, त्यामुळे तसं करू नका.

३. **वयानुरूप सर्व काही घडू दे :** 'सगळेच बघतात' म्हणत दुर्लक्ष करू नका. मुलांना मुलं राहू देणं हे आजच्या पालकत्वासमोरचं सगळ्यांत मोठं आव्हान आहे, याची आपल्याला जाणीव असणं आवश्यक आहे.

४. **मुलांची गोपनीयता तोडू नका :** संवाद न करता त्यांच्या चॅट्स, गॅलरी चेक करणे विश्वासघात वाटू शकतो. तसं करू नका. नव्याने फोन देतानाच मूल जोवर विशिष्ट वयाचं होत नाही (म्हणजे १६ वर्षांचं तरी कमीत कमी), तोवर आई-बाबा कधीही फोन उघडून बघू शकतात, हे मुलांना स्पष्टपणे सांगितलेलं असलं पाहिजे. गरज वाटत नाही तोवर हे टाळलंच पाहिजे; पण मुलांना स्पष्ट कल्पना असली पाहिजे. तसंच मुलांविषयीची कुठलीही माहिती ऑनलाइन जगात टाकताना सावध राहा.

५. **सगळ्यांसमोर फोनवरून टोमणे नकोत :** अनेक पालकांना चारचौघांत मुलांच्या सवयींबद्दल बोलण्याची सवय असते. मूल मोबाईल-व्यसनी आहे, असं अनेकदा पालक सहजपणे बोलतात. पण याचा मुलांच्या मानसिकतेवर विपरीत परिणाम होऊ शकतो. त्यामुळे मुलांना फोनवरून जे काही सांगायचं असेल ते खासगीत! चारचौघांसमोर बोलण्याच्या, रागावण्याच्या, सूचना करण्याच्या या गोष्टी नाहीत, हे लक्षात घ्या.

▲▲▲

सायबर पालकत्वाचा प्रवास सुकर व्हावा म्हणून...

साध्या, सोप्या, झटपट टिप्स

आजची मुलं जन्मापासूनच स्क्रिन, स्मार्टफोन आणि AI साधनांनी वेढलेली आहेत. मोबाईलवरील गाणी, यूट्यूबवरील कार्टून, गेम्स, व्हिडिओ कॉल्स, चॅटिंग ही त्यांच्या जगाची नैसर्गिक भाषा झाली आहे. पण या सर्व डिजिटल माध्यमांमागे काय संदेश दडलेले आहेत, कोणत्या प्रकारचा प्रभाव ते टाकतात, आणि पालकांनी मुलांपर्यंत काय पोचू द्यावे हे समजणे म्हणजेच 'माध्यम शिक्षण'!

मुलांशी संवाद साधताना सोपं जावं आणि सायबर पालकत्वाचा प्रवास सुकर व्हावा म्हणून काही महत्त्वाच्या टिप्स!

वयोगटानुसार पालकांची भूमिका

० ते २ वर्षे : स्क्रीन नकोच, किंवा मर्यादित!

या वयात मूल अनेक गोष्टी शिकत असतं, भवताल समजून घेत असतं, भाषा आणि भावनिक बंध निर्माण होत असतात. त्यामुळे -

- स्क्रीनपेक्षा प्रत्यक्ष माणसांचा संवाद महत्त्वाचा.
- हल्ली आजीआजोबांशी किंवा इतर नातेवाइकांशी संपर्क ठेवण्यासाठी व्हिडिओ कॉल्सचा उपयोग केला जातो. त्याला हरकत नाही, फक्त त्यावेळी स्क्रीन मुलांच्या फार जवळ नसावा.

- बघण्यापेक्षाही ऐकणे जसे की संगीत, गाणी, ऑडिओ गोष्टी यासाठी याकाळात डिजिटलचा उपयोग योग्य आहे.
- या वयात स्क्रीनचा वापर 'मनोरंजन' म्हणून शक्यतो नको. त्याची फक्त तोंडओळख असावी.

३ ते ५ वर्षे : शिकण्याचा आणि अनुकरणाचा टप्पा

- या वयात मुलं कार्टूनमधील पात्रांचं अनुकरण करतात.
- म्हणूनच कंटेंट निवडताना पालकांनी नैतिक मूल्ये, सहानुभूती, सहवेदना, शेअरिंग, आदर, कन्सेंट(परवानगी), योग्य निवड हे विषय प्रत्यक्ष-अप्रत्यक्षपणे सांगणाऱ्या कंटेंटची निवड केली पाहिजे.
- Co-viewing म्हणजेच मुलांसोबत बसून पाहणे आवश्यक. मुलांसमोर मोबाइल ठेवून किंवा मुलांना टीव्हीसमोर बसवून आपली कामे करायला जाऊ नये.
- पाहिलेल्या गोष्टींवर चर्चा करा : उदा. 'हे पात्र का रडले?', 'त्याने काही चूक केली का?'
- डिजिटल बेबीसिटिंग होणार नाही याची काळजी घ्या. डिजिटल माध्यमे 'शिकण्याचे साथीदार' असावेत, 'बालसंगोपनाचा' तो 'पर्याय' असता कामा नये.

६ ते १० वर्षे : स्वायत्ततेची सुरुवात

- या वयात मुलं स्वतः कन्टेन्ट निवडू लागतात.
- ते गेम्स खेळतात, कार्टून निवडतात, शॉर्ट व्हिडिओ पाहतात. युट्यूब त्यांच्या बालपणाचा भाग बनते.
- त्यांना तर्कशक्ती, प्रश्न विचारण्याची सवय, वास्तव व काल्पनिक यात फरक शिकवणे आवश्यक आहे.
- स्क्रीनचा अर्थ फक्त टाइम नाही हे आपल्या वर्तनातून दाखवून द्यावे लागेल.
- चुकीचा कन्टेन्ट खोलवर परिणाम करतो, त्यामुळे आपण काय बघतो आहोत हे नीटच निवडले गेले पाहिजे. हा विचार मुलांपर्यंत तेव्हाच पोचेल, जेव्हा पालक स्वतः या गोष्टी करायला लागतील.

मूलभूत तत्त्व : 3C फ्रेमवर्क

Content – Context – Child

- **Content (काय पाहतो):** योग्य वयोगट, शैक्षणिक मूल्य, हिंसेपासून दूर.
- **Context (कधी आणि कोणासोबत):** जेवताना, झोपताना नव्हे. सहवाचन, सहदर्शन आवश्यक.
- **Child (मुलाचा स्वभाव):** प्रत्येक मूल वेगळं असतं. काही संवेदनशील, काही जिज्ञासू, काही उत्साही. त्यानुसार कंटेंट फिल्टर केला गेला पाहिजे.

कार्टून आणि यूट्यूबची निवड करताना...

- मुलं पाहिलेलं अनुकरण करतात. त्यामुळे आपण कसा कंटेंट निवडतो आहोत याचा जरुर विचार झाला पाहिजे. काहीवेळा कार्टून्समध्ये प्रचंड हिंसा असते, अशावेळी त्या हिंसेबद्दल बोलणं आवश्यक ठरतं. संवादातील शब्द, शिव्या, हिंसक कृती, उपरोध या गोष्टींकडे दुर्लक्ष करून चालत नाही.
- पालकांनी दर आठवड्यात मुलांसोबत 'काय पाहतोय' यावर चर्चा केली पाहिजे. त्यातून मुलांच्या मनात काय सुरू आहे याचा अंदाज येऊ शकतो.
- 'हे कोण बनवतं?', 'त्यातून तुला काय वाटलं?', 'ते खरं असतं का?' असे प्रश्न विचारावेत.
- कार्टूनमधील 'फॅण्टसी' आणि 'वास्तव' यातला फरक समजावून देणे हाच माध्यम शिक्षणाचा पाया आहे.
- यूट्यूबवर किंवा गेम्समध्ये येणाऱ्या जाहिराती मुलांच्या इच्छांवर परिणाम करतात.
- Influencer मुलांसाठी आदर्श ठरतात. त्यावेळी 'पाहणं' आणि 'हवं असणं' याविषयी बोललं गेलं पाहिजे. 'हे खेळणं हवंय' असं म्हटलं की, 'का हवंय?' विचारावं. जाहिरात ही मनोरंजन नसून विक्रीचा प्रयत्न आहे हे समजावून सांगा, लहान मुलांना या गोष्टी समजतात. त्यांच्या विचार शक्तीवर विश्वास ठेवला पाहिजे.

- 'मला हवं म्हणून घेतो की त्यांनी सांगितलं म्हणून?'—हा प्रश्न स्वत:ला विचारण्याची सवय लावा.
- कार्टूनमधील रडणे, राग, सूड, जिंकणे–हरणे यावर चर्चा करा. 'तो रडतोय म्हणून तुला काय वाटतं?', 'तू असतास तर काय केलं असतंस?' असे प्रश्न संवादासाठी वापरता येऊ शकतात.

सोशल मीडिया आणि शॉर्ट व्हिडिओ ॲप्स

- १३ वर्षांपूर्वी मुलांना सोशल मीडिया खाती देऊ नयेत.
- मुलं आई-वडिलांच्या आणि आजी आजोबांच्या मोबाईलवरून शॉर्ट व्हिडिओ पाहतात. त्यांना लाइक–फॉलो–ट्रेंड या संस्कृतीमागील अर्थ समजावून द्या.
- 'सगळेजण पाहतात म्हणून मी पाहतो' ही साखळी मोडणं आवश्यक आहे.
- सोशल मीडिया म्हणजे 'प्रेक्षकांचा मेळा' असतो. तिथे किती काळ रमायचे याची शिस्त आणि विचार स्क्रिनचा परिचय होतो तेव्हापासून लावण्याची आवश्यकता आहे.

डिजिटल सवयी आणि व्यसनाची बीजं

- सततच्या नोटिफिकेशन्स, गेम रिवॉर्ड्स, सतत स्क्रोलिंग हे 'डोपामिन लूप्स' निर्माण करतात.
- मुलांना 'थांबण्याची सवय' लावा. Pause, Reflect, Resume म्हणजेच थांबा, विचार करा आणि पुढे जा याची सवय मेंदूला असणं आवश्यक आहे.
- अधूनमधून जाणीवपूर्वक 'नो स्क्रीन डे' केला पाहिजे. दररोज उठल्याबरोबर आणि झोपायच्या आधी घरातल्या सगळ्यांनी स्क्रिन न वापरण्याचा निश्चय करा. सामूहिक प्रयत्नांचा मुलांवर चांगला आणि दीर्घकालीन परिणाम होतो.
- रात्री फोन बंद करूनच झोपायचं. घरात वायफाय असेल आणि फोन चालू असेल; तर तो सतत वाजत राहतो आणि त्यामुळे झोपमोड होते. साऱ्या कुटुंबाला पुरेशी झोप मिळणं गरजेचं आहे.

वैयक्तिक माहितीची सुरक्षा

- मुलांना आपलं नाव, फोटो, ठिकाण, शाळेचं नाव ऑनलाईन शेअर करू नये हे शिकवा.
- 'फ्री गेम्स' म्हणजे माहिती विक्रीचं साधन असू शकतात हे सांगा.
- ऑनलाइन जगातून कुठलीही गोष्टी डिलिट होत नाही हे मुलांना सांगा.
- कुठल्याही अनोळखी लिंकला क्लिक करू नका हे सांगा.

मुलांशी सायबर संवाद करताना उपयोगी पडतील असे मुद्दे

- इंटरनेटवर सर्फिंग करताना, एखादा ऑनलाइन गेम खेळताना कुठेही स्वतःची माहिती देऊ नका.
- कुणी तुम्हांला तुमची माहिती विचारली; तर आधी आईबाबांना सांगा.
- यूट्युबवर व्हिडिओ शोधताना अनेकदा हॉंटेड हाउस, विअर्ड थिंग्ज असल्या शीर्षकांचे व्हिडिओज् असतात. त्यातले बहुतेक व्हिडिओज् 'फेक' म्हणजे खोटे असतात.
- असे व्हिडिओज् बघण्यात अजिबात वेळ घालवू नका आणि त्यांवर विश्वास तर मुळीच ठेवू नका.
- बहुतेक सगळ्या व्हिडिओखाली प्रतिक्रिया द्यायला जागा असते.
- तुम्ही समजा एखादा ब्लॉग नियमित वाचत असाल आणि त्यावर प्रतिक्रिया लिहीत असाल; तर इतर वाचकांशी तुमची मैत्री होते.
- नव्याने झालेल्या ऑनलाईन मित्रमैत्रिणींना लगेच तुमचे वैयक्तिक तपशील सांगू नका.
- त्यांच्याविषयी तुम्हांला असलेली सगळी माहिती आधी आईबाबांना सांगा. ती माहिती खरी असेलच असं नाही.
- तुमच्या चॅटिंगमध्ये तुम्हांला काही खटकलं असेल; तर त्याविषयी आईबाबांशी बोला.
- आईबाबांना कसं सांगू हा विचार करण्याची गरज नाही. आईबाबा आपले मित्र असतात. जर काही अडचण आली; तर तेच तुम्हांला मदत करू शकतात.

चॅटबॉक्समध्ये गप्पा मारताना तुम्ही (मुलांनी) काय काळजी घेतली पाहिजे...

एखाद्या व्यक्तीशी तुम्ही ऑनलाईन बोलत आहात आणि तुम्हांला त्या व्यक्तीशी बोलताना अवघडल्यासारखं वाटत असेल, त्या व्यक्तीची भाषा चुकीची वाटत असेल; तर लगेच त्या चॅटिंग बॉक्समधून बाहेर पडा. चॅटबॉक्स बंद करणं पूर्णपणे तुमच्या हातात आहे, हे लक्षात ठेवा. एखादी अनोळखी किंवा ओळखीची व्यक्ती आपल्याशी चॅटिंग करत असेल आणि ते आपल्याला आवडत नसेल; तर अशा वेळी संवाद थांबवण्यात काहीही गैर नाही.

अनेकदा मुलांच्याबाबत फसवणुकीच्या ज्या घटना घडतात; त्यांत असं दिसून आलं आहे, की समोरची फसवणारी व्यक्ती त्या मुलाला त्याच्या कुटुंबाबद्दल सातत्याने प्रश्न विचारत असते. समजा, कुणी तुम्हांला जबरदस्तीनं बोलायला भाग पाडत असेल किंवा सांगत असेल की, तुमचे आईबाबा, तुमची भावंडं किंवा तुमचे आजीआजोबा यांच्यापेक्षा 'त्या' व्यक्तीशी बोलणं अधिक महत्त्वाचं आहे; तर ती व्यक्ती तुमची फसवणूक करू शकते हे लक्षात ठेवा.

अनेक साइट्सवर इतरही अनेक वेगवेगळ्या साइट्सच्या लिंक्स येत असतात. काही वेळा जाहिराती असतात. आपल्याला माहीत नसलेल्या साइट्सच्या लिंक्सवर क्लिक करायचं नाही. त्या साईटबद्दल आईबाबांना विचारून, गुगलवर सर्च करून ती साईट फसवी नसल्याची खातरजमा करून घेऊन मगच त्या साईटला भेट देणं कधीही चांगलं... कारण अशा अनोळखी साइट्सच्या माध्यमातून अनेकदा व्हायरस पसरवला जात असतो.

डिजिटल एटीकेट्स

- आईबाबा आपल्याला हौसेने फोन घेऊन देतात किंवा स्वतःचा फोन आपल्याला वापरायला देतात. त्यामुळे तो वापरताना जबाबदारीने वापरला पाहिजे.
- स्मार्ट फोन, टॅब या वस्तू महागड्या असतात. एखादं खेळणं तुटलं की जसं लगेच दुसरं मिळू शकतं; तसं गॅजेट्सचं नसतं.
- गॅजेट्सवर किती वेळ घालवायचा यालाही काही मर्यादा असणं आवश्यक आहे.

- तुम्ही बघितलं असेल... एकदा हातात फोन आला की वेळ कसा जातो तेच कळत नाही; त्यामुळे काही गोष्टी तुम्ही नक्की लक्षात ठेवा. हातात स्मार्टफोन आला याचा अर्थ तुमची जबाबदारी वाढली आहे.
- स्मार्टफोन जरी पालकांनी भेट दिला असला; तरी तो त्यांनी बरेच पैसे खर्च करून विकत आणलेला असतो... त्यामुळे तुम्ही फोनला पासवर्ड टाकलात; तरी तो आईबाबांना माहीत असायला पाहिजे.
- तो फोन तुमचाच असला; तरी तो आईबाबांचाही आहे हे कधीही विसरायचं नाही.
- मित्रमैत्रिणींसमोर 'शायनिंग' मारण्याचा कितीही मोह झाला; तरी फोन त्यासाठी आईबाबांनी दिलेला नाही.
- शेजारी बसलेल्या मित्रमैत्रिणींशी उगीचच ऑनलाईन चॅटिंग कशाला करायचं? जिथे प्रत्यक्ष संवाद शक्य आहे; तिथे प्रत्यक्षच बोललं पाहिजे. त्याची मजा ऑनलाईन चॅटिंगला नाही येऊ शकत. अनुभव घेऊन बघा.
- पिझ्झा, बर्गर, चिप्स खाऊ नका असं कुणी तुम्हांला म्हणतं का? पण समजा, तुम्ही रोज सकाळ-संध्याकाळ जंक फूड खायला लागलात; तर काय होईल? डिजिटल मिडिया हा या जंक फूडसारखा आहे. जंक फूड किती खायचं आणि किती वेळा खायचं हे जसं आई ठरवत असते नाऽ तसंच डिजिटल मिडिया किती वापरायचा हे ठरवणं गरजेचं आहे आणि तुम्ही मुलंही ते ठरवू शकता.
- दर वेळी आईबाबांनी आपल्यासाठी नियम कशाला करायला हवेत? रोज जंक फूड खाल्लं; तर आपण आजारी पडू शकतो हे आपल्याला माहीत आहे. हो ना? तसंच डिजिटल मिडियाचा सतत वापर केला; तरीही आपलं शरीर आजारी पडू शकतं.
- रात्री अंधारात मोबाईल वापरला की डोळ्यांच्या आणि झोपेच्या समस्या निर्माण होतात. सतत मोबाईल घेऊन बसलं की पाठीच्या आणि बोटांच्या हालचालींच्या समस्या उद्भवू शकतात, मानही दुखायला लागते.
- डिजिटल मिडियाच्या अतिवापरामुळे भावनिक पातळीवर अनेक प्रश्न निर्माण होतात. उदाहरणार्थ, चिडचिड होणं, राग येणं, कुणी आपल्याला

नेट वापरायला नाही म्हटलं की संताप होणं इत्यादी. हे सगळं हवं कशाला?

- सगळी डिजिटल गॅजेट्स वापरायची... पण थोडा वेळच; त्यामुळे तुम्हांला नीट झोप लागत नाहीये, डोळे चुरचुरायला लागलेत, पाठ-मान दुखतेय असं वाटलं; तर सरळ गॅजेट ठेवून द्यायचं आणि आईबाबांना सांगायचं... म्हणजे त्यावर आवश्यक व्यायाम ते सांगू शकतील किंवा गरजेचं असेल; तर डॉक्टरांकडे घेऊन जातील.

अनोळखी माणसांच्या चॅटिंगमधले 'रेड अलर्ट्स' ओळखायचे कसे?

समजा त्या व्यक्तीने तुमच्याकडे तुमच्या आईबाबांचं रुटीन (आईबाबांचा दिनक्रम) विचारायला सुरुवात केली; त्यांचे मोबाईल नंबर, तुमचा मोबाईल नंबर किंवा पत्ता असं काही विचारलं; तुमच्या घराचं वर्णन करायला सांगितलं की समजा, धोका आहे.

समजा, त्या व्यक्तीने तुम्हांला तुमच्या स्वतःच्या किंवा इतर कुणाच्याही शरीराचे, -विशेषतः खासगी अवयवांचे फोटो काढून पाठवायला सांगितले; तर समजा धोका आहे.

समजा, त्या व्यक्तीने तुम्हांला भेटायला बोलावलं आणि हे आईबाबांना सांगू नकोस असं सांगितलं; तर समजा धोका आहे.

समजा, त्या व्यक्तीने तुम्हांला तुमच्या आईबाबांच्या नकळत त्यांचे बँकडिटेल्स द्यायला सांगितले; तर समजा धोका आहे.

समजा, त्या व्यक्तीने तुम्हांला एखाद्या गेमची लिंक दिली आणि त्या गेमवर विचित्र टार्गेट्स पूर्ण करण्याची चॅलेंजेस असतील; तर समजा धोका आहे.

अशा वेळी; त्या व्यक्तीने सांगितलेलं काहीही ऐकू नका. त्या व्यक्तीशी पुन्हा बोलण्याआधी सगळा प्रकार लगेच आईबाबांच्या कानांवर घाला म्हणजे आईबाबा सायबर सेलची (हे एक प्रकारचे पोलीस असतात; जे सायबर स्पेसमधल्या चोरांना पकडतात, त्यांची) मदत घेऊ शकतील.

ऑनलाईन ओळखीतून घरातून पळून जाणाऱ्या मुलांच्या बातम्या तुम्ही कदाचित वाचल्या असतील. ऑनलाईन जगात जशी चांगली माणसं आहेत; तशीच वाईट माणसंही असतात. आपल्या संपर्कात येणारी माणसं कोण असतील,

कशी असतील, त्यांचे हेतू काय असतील हे आपण सांगू शकत नाही... त्यामुळे ऑनलाईन ओळखीवर लगेच विश्वास ठेवू नका.

तुमच्या मित्रमैत्रिणींच्या बोलण्यात सातत्याने अशा एखाद्या व्यक्तीचा उल्लेख येत असेल, जी ऑनलाईन भेटली आहे; तर त्या मित्राला किंवा मैत्रिणीला अलर्ट करा. त्या ऑनलाईन ओळखीच्या व्यक्तीशी तुमच्या मित्रमैत्रिणीकडून जरा जास्तच वैयक्तिक माहिती शेअर होतेय असं वाटलं; तर सरळ तुमच्या आईबाबांना सांगा. ते त्या मित्राच्या/मैत्रिणीच्या पालकांशी बोलतील.

अशा वेळी मित्र/मैत्रीण रागवेल का याचा विचार बाजूला ठेवा. काही वेळा यातूनच गंभीर घटना घडतात. तुम्ही आईबाबांच्या कानावर घालता म्हणजे एक प्रकारे मित्राला किंवा मैत्रिणीला सुरक्षित करण्याचा प्रयत्न करत असता हे विसरू नका.

१० दिवसांचा डिजिटल चॅलेंज

दिवस १ : निरीक्षणाचा दिवस

- **ध्येय :** मुलं दिवसात किती वेळ स्क्रीन वापरतात याचे निरीक्षण करा.
- **कृती :** स्क्रीनचा वेळ लिहून ठेवा—टीव्ही, मोबाईल, गेम, कार्टून.
- **आत्मपरीक्षण :** 'माझं मूल कोणत्या क्षणी स्क्रीनकडे आकर्षित होतं? कंटाळा, आनंद, की एकटेपणा?' नक्की काय घडतंय? त् कधी आकर्षित होते आहे? याचेही पालकांनी जरुर निरीक्षण करावे.

दिवस २ : एकत्र पाहण्याचा दिवस (Co-viewing)

- **ध्येय :** मुलांसोबत एक कार्टून पाहा.
- **कृती :** पाहिल्यानंतर चर्चा करा. उदा. 'या गोष्टीत तुला काय आवडलं?' 'कोणी चुकीचं काही केलं का?'
- **आत्मपरीक्षण :** झालेल्या संवादातून मला काय समजले? उमगले? मी काय बदल केले पाहिजेत?

दिवस ३ : ऑडिओचा दिवस (Screen-free entertainment)

- **ध्येय :** स्क्रीनकडे बघण्यापेक्षा ऐका. ऐकणे आणि बघणे दोन्ही क्रिया एकदम नको.
- **कृती :** गाणी, गोष्टी, ऑडिओ पॉडकास्ट ऐका, नुसतंच एकत्र बसून दूरवरचे आवाज ऐकण्याचा प्रयत्न करा.
- **आत्मपरीक्षण :** मुलांच्या प्रतिक्रिया काय आहेत, त्यांना कुठले आवाज ऐकू आले, गोष्टी ऐकताना त्यांनी केलेल्या कल्पना याविषयी गप्पा मारा.

दिवस ४ : कल्पनाशक्तीचा दिवस

- **ध्येय :** स्क्रिन बघण्याऐवजी चित्र काढायला, कथा सांगायला प्रोत्साहन द्या.
- **कृती :** उदा. 'जर तू या कार्टूनचा भाग असतास तर काय केलं असतंस?' असं विचारून गोष्ट तयार करा.
- **आत्मपरीक्षण :** 'माझ्या मुलाने कल्पनाशक्ती वापरली का, की फक्त कॉपी केली?' याविषयी विचार करा. जर मूल कॉपी करताय असं लक्षात आलं तर स्वत:हून गोष्टी करण्यासाठी त्याला कसं उद्युक्त करता येईल याचा विचार करा.

दिवस ५ : गेमिंगचा अर्थ समजून घेणे

- **ध्येय :** मुलं कोणते गेम्स खेळतात हे बघा.
- **कृती :** एकत्र बसून गेम खेळा आणि त्यातील नियम, बक्षिसं, वेळ समजून घ्या.
- **आत्मपरीक्षण :** हा गेम काही शिकवतो का? किती आणि कशा प्रकारे उत्तेजित करतो? हा गेम खेळू नको असं म्हटल्यावर मुलांच्या काय प्रतिक्रिया असतात याचे निरीक्षण करून काय केले पाहिजे याचा विचार करायला वेळ घ्या.

दिवस ६ : संवादाचा दिवस

- **ध्येय :** मुलाशी डिजिटल जगावर खुला संवाद.

- **कृती :** 'तुला काय आवडतं?', 'तू काय पाहतोस?', 'का आवडतं?' असे प्रश्न विचारा.
- **आत्मपरीक्षण :** मुलांशी झालेल्या संवादाचा पालक म्हणून मी काय अर्थ काढला आहे यावर विचार करा.

दिवस ७ : प्रायव्हसीचा दिवस

- **ध्येय :** डेटा सुरक्षितता शिकवणे.
- **कृती :** एकत्र प्रायव्हसी ऑडिट करा. 'तू काय शेअर करतोस?', 'कोणाशी?'
- **आत्मपरीक्षण :** मी शेरेन्टींग करते का? मी माझ्या मुलांची किती माहिती ऑनलाईन जगात टाकते? कशासाठी टाकते? त्यातून होणारे कौतुक मला हवे असते का? माझी स्वतःची पाठ थोपटून घेण्याचा तो प्रकार आहे का? त्यासाठी मी माझ्या मुलांचा एका अर्थाने वापर तर करत नाहीये ना?

दिवस ८ : नो स्क्रीन डे

- **ध्येय :** एक दिवस पूर्ण स्क्रीन बाजूला ठेवणे. संपूर्ण कुटुंबाने हा चॅलेंज स्वीकारला पाहिजे.
- **कृती :** बाहेर खेळा, कुटुंबीयांसोबत खेळ, गोष्टी, स्वयंपाक, चित्रकला करा.
- **आत्मपरीक्षण :** मुलाला कंटाळा आला का? तुम्हाला कंटाळा आला का? कंटाळा आल्यावर काय केलं? याचा विचार जरूर करावा.

दिवस ९ : पालकांचा स्क्रीन रिव्ह्यू

- **ध्येय :** स्वतःचा स्क्रीन वापर पाहणे.
- **कृती :** मोबाईलवरील 'स्क्रीन टाइम रिपोर्ट' तपासा. मोबाईलच्या सेटिंगमध्ये डिजिटल वेल बीइंग अँड पॅरेंटल कंट्रोल किंवा स्क्रीन टाइम मॅनेजमेंट अशा विभागात संपूर्ण स्क्रीन टाइम बघता येतो.
- **आत्मपरीक्षण :** 'माझं मूल मला पाहून, ऐकून काय शिकतं आहे?'

दिवस १० : कुटुंब संवाद दिवस (Family Reflection)

- **ध्येय :** १० दिवसांचा अनुभव शेअर करा.
- **कृती :** एकत्र बसून चर्चा करा. आपण काय बदललं? काय कठीण वाटलं? काय आवडलं? काय जमलं? काय जमलं नाही? पुढल्या वेळी काय बदल केले पाहिजेत?
- **आत्मपरीक्षण :** आपल्या घरात आता डिजिटल सवयींमध्ये काय सुधारणा झाली? जे बदल सगळ्यांनी स्वीकारले आहेत ते तसेच टिकून राहावे यासाठी सगळे काय करू शकतात?

पालकांनी स्वतःच्या आणि मुलांच्या डिजिटल सवयींकडे जागरूकतेने पाहणं, योग्य बदल करणं आणि घरात 'सुरक्षित, संवेदनशील डिजिटल संस्कृती' रुजवणं आज आवश्यक आहे.

आपल्याला फक्त नियंत्रण करणारे पालक नव्हे, तर सजग-जागरूक-सायबर मैत्र जपणारे पालक बनायचं आहे.

त्याची ही सुरुवात आहे!

▲▲▲

मुलांनी आणि पालकांनी पाहाव्या अशा उपयुक्त साइट्स

या साइट्स बघत असताना किंवा पॉडकास्ट ऐकत असताना,

प्रत्येक लिंक, चॅनल किंवा पॉडकास्ट पालकांनी आधी स्वत: पाहणे, ऐकणे गरजेचं आहे. मगच मुलांसोबत पाहणे, ऐकणे. याने जी गोष्ट मुलांपर्यंत पोहोचणार आहे ती वयानुरूप आहे ना, हे तपासता येते.

- https://ed.ted.com/ : विविध विषयांची मुलांसाठी माहिती.
  https://beinternetawesome.withgoogle.com/en_in/ : गुगलचा मुलांसाठी उपक्रम
- https://cybercrime.gov.in/ : कुठल्याही पद्धतीचा सायबर गुन्ह्याची तक्रार नोंदवण्यासाठी. १९३० आणि १९४५ या क्रमांकावरही तक्रार नोंदवता येऊ शकते.
- https://wayam.in/: वाढीच्या वयातल्या मुलांसाठीचे मासिक
- https://chikupiku.com/ : मुलांसाठीचा विशेष प्लॅटफॉर्म
- https://www.youtubekids.com/ : मुलांसाठीचा यूट्यूब चॅनल. जोवर मूल १३-१४ वर्षांचं होत नाही, तोवर त्याला यूट्यूब किड्स दाखवले पाहिजे.

- https://www.facebook.com/Cybermaitra/ : सायबरमैत्र संस्थेचे फेसबुक पेज
- https://www.youtube.com/@CyberMaitra : 'सायबरमैत्र' हे इंटरनेट जगतातल्या घडामोडी समजून घेण्यासाठीचं यूट्यूब चॅनल आहे.
- https://www.storytel.com/in/tags/bedtime-story-2090 : Storytel India या पॉडकास्टमध्ये मुलांच्या गोष्टींचा स्वतंत्र विभाग आहे.

▲▲▲

लेखिकेविषयी

मुक्ता चैतन्य

: + ९१ ९८२३३ ८८८२८

: muktaachaitanya@gmail.com

: cybermaitra@gmail.com

- मुक्त पत्रकार
- डिजिटल वेलबीइंग या विषयासाठी काम करणाऱ्या 'सायबर मैत्र' या संस्थेच्या संस्थापक
- मराठीमधला पहिला सायबर पॉडकास्ट 'स्क्रीन टाइम विथ मुक्ता'च्या चालक
- महिला आयोगाच्या सायबर समितीवर सदस्य
- 'सायबर आणि डिजिटल वेलबीइंग' या विषयावर मराठीतून लिहिणाऱ्या पहिल्या लेखिका-पत्रकार
- 'स्ट्रगलर्स', '१३ ते २३', 'स्क्रीन टाइम', 'पोर्न खेळ', 'एव्हरेस्ट' (शब्दांकन) अशी पाच पुस्तकं प्रकाशित
- 'सायबर मैत्र'च्या माध्यमातून शाळा आणि महाविद्यालयांतून डिजिटल साक्षरता उपक्रम
- स्क्रीन टाइम मॅनेजमेंट, सायबर सुरक्षितता आणि ऑनलाइन जगातील धोके व संधी यावर त्यांनी महाराष्ट्रभर ५०,०००हून अधिक विद्यार्थी, शिक्षक, पालक, NGO व कॉर्पोरेट्स यांना प्रशिक्षण
- इंटरनेट व्यसनमुक्ती केंद्राचे काम
- बाराहून अधिक वर्षं, माणूस आणि तंत्रज्ञान यांच्या परस्परसंबंधांचा अभ्यास
- Why We Post (सोशल मीडियाचा मानववंशशास्त्रीय अभ्यास), University College of London
- Psychological First Aid (Johns Hopkins University)
- Digital Wellbeing (University of York) हे अभ्यासक्रम पूर्ण

सकाळ प्रकाशनाची इतर पुस्तके

- आई-बाबाची डायरी
- प्रेमळ पालकत्व
- पहिली आठ वर्ष
- स्मार्ट मूल
- टीनएजर्सच्या मनात
- भावनांच्या जगात
- मेंदूचा पासवर्ड
- रिलेशन्स - नातं तुटताना आणि नव्याने जुळवताना
- रिलेशन्स - नातं निभावताना
- रिलेशन्स - नातं जोडताना
- संगोपन पालकत्वाचे

www.ingramcontent.com/pod-product-compliance
Lightning Source LLC
Chambersburg PA
CBHW050530240926
51846CB00003B/758
* 9 7 8 9 3 4 9 4 8 7 2 4 6 *